జపాన్‌లోని 450 ఏళ్ల నాటి జెన్ బౌద్ధ దేవాలయానికి ప్రధాన పూజారి అయిన షున్మ్యో మసునో అంతర్జాతీయంగా బెస్ట్ సెల్లర్ 'ది ఆర్ట్ ఆఫ సింపుల్ లివింగ్' రచయిత. ప్రపంచవ్యాప్తంగా ఉన్న ఖాతాదారుల కోసం అవార్డు గెలుచుకున్న జెన్ గార్డెన్ డిజైనర్. జపాన్‌లోని ప్రముఖ కళా పాఠశాలల్లోని ఒక దానిలో పర్యావరణ రూపకల్పన ప్రొఫెసర్. అతను హార్వర్డ్ గ్రాడ్యుయేట్ స్కూల్ ఆఫ్ డిజైన్, కార్నెల్ యూనివర్సిటీ, బ్రౌన్ యూనివర్శిటీలో విస్తృతంగా ఉపన్యాసాలు ఇచ్చారు.

డోంట్ వర్రీ

ఆందోళన తొలగించే 48 పాఠాలు

షున్మియో మసునో

తెలుగు అనువాదం: ఆకెళ్ళ శివప్రసాద్

MANJUL

మంజుల్ పబ్లిషింగ్ హౌస్

First published in India by

MANJUL

Manjul Publishing House

Corporate and Editorial Office

• 2nd Floor, Usha Preet Complex, 42 Malviya Nagar, Bhopal 462 003 – India

Sales and Marketing Office

• C-16, Sector 3, Noida, Uttar Pradesh 201301 – India
Website: www.manjulindia.com

Distribution Centres

Ahmedabad, Bengaluru, Bhopal, Kolkata, Chennai,
Hyderabad, Mumbai, New Delhi, Pune

Don't Worry: 48 Lessons on Achieving Calm by Shunmyo Masuno – Telugu edition

Originally published in Japanese as *Shinpaigoto no Kyuwari wa Okoranai* by Mikasa-Shobo Publishers Co. Ltd., Tokyo.

This edition published by arrangement with Penguin Books, an imprint of Penguin Publishing Group, a division of Penguin Random House LLC and in conjunction with Mikasa-Shobo Publishers Co., Ltd. c/o Tuttle-Mori Agency, Inc., Tokyo

This telugu edition first published in India in 2024

ISBN 978-93-5543-948-2

Telugu translation: Akella Sivaprasad
Cover design: Sonali Zohra

Printed and bound in India by Thomson Press (India) Ltd.

విషయసూచిక

ప్రథమ భాగము

తగ్గించండి, వదలండి, వదిలివేయండి

ఆరాటం, ఆందోళనను దూరంగా ఉంచే జెన్ మార్గం

రెండవ భాగం

మీరు ఇక్కడ, ఇప్పుడు సాధించగలిగే వాటిపై మాత్రమే దృష్టి పెట్టండి

అలా చేయడం ద్వారా, అనవసరమైన విషయాల గురించి
ఆలోచించడం మానేస్తారు

మూడవ భాగం

పోటీకి దూరంగా ఉండండి, అన్నీ సక్రమంగా జరుగుతాయి

"ప్రజలు ప్రజలే, నేను నేనే"

నాలుగవ భాగం

సంబంధాలను మెరుగుపరచుకోవడానికి ఆశ్చర్యకర మైన చిట్కాలు

మంచి సంబంధాలను ఏర్పరుచుకోవడం,
చెడ్డ వాటిని విడిచిపెట్టడం ఎలా

ఐదవ భాగం

మీరు విషయాల గురించి ఆందోళన చెందే పద్ధతి మార్చుకోండి మీ జీవితం మంచిగా మారుతుంది

డబ్బు, వృద్ధాప్యం, అనారోగ్యం మరణం మరెన్నో

ముందుమాట

మీకు అవసరం లేని వస్తువులను పక్కన పెట్టండి.
అతి సాధారణంగా జీవితాన్ని గడపండి
ఇతరుల ఆలోచనలకి లొంగకుండా అనవసరమైన
ఆందోళన లేదా ఆందోళన నుండి బైట పడండి.

ఇవన్ని ఎలా చేయాలో ఈ పుస్తకంలో చెప్పాలని ఆశిస్తున్నాను.

జెన్ బౌద్ధ పూజారి అయినందున, చాలా మంది వారి సమస్యల విషయమై నన్ను సంప్రదించారు. వారు మాట్లాడాలనుకుంటున్న దానిలో వైవిధ్యం అంతులేనిది, కానీ నేను సాధారణీకరిస్తూ, వాటిని ఆందోళనలు, చింతలు సందేహాలుగా వర్గీకరిస్తాను.

ఈ ఆందోళనలను శ్రద్ధగా విన్నప్పుడు, నేను గమనించేది ఏమిటంటే, నిజానికి అవన్నీ దాదాపు భ్రమలు, ఊహలు, తప్పు ముద్రలు లేదా ఊహాత్మక భయాలు. వాటిలో ఎటువంటి వాస్తవం లేదని మీకు కూడా అనిపించవచ్చు.

"నువ్వు అలా అన్నిటినీ తోసిపుచ్చుతూ ఎలా ఉండగలుగుతున్నావు," అని ఎవరైనా నాతో అనవచ్చు, "అసలు మనకు ఆ విషయంతో సంబంధం లేనప్పుడు, లేదా దాని గురించి ఆందోళన చెందనప్పుడు,మనం ఆ విషయాన్ని జీర్ణించుకోవాల్సిన అవసరం లేదు కదా!"

ఇది ఎలా ఉందంటే పొలాల్లో గడ్డిబొమ్మను చూసి దయ్యం అనుకున్నట్లు అన్న జపనీస్ సామెతను గుర్తుకు తెస్తోంది. నా ఉద్దేశ్యం ఏమిటంటే, దెయ్యంగా కనిపించే దాని గురించి భయపడాల్సిన అవసరం లేదు, ఎందుకంటే అది నిజంగా ఎండిపోయిన కాండం తప్ప మరేమీ కాదు. ఇలాంటివన్నీ కూడా మన కాళ్లకు బంధాలు వేసి మనం వెనుకడుగు వేయడానికి పనికి వచ్చేవి తప్ప మరేమీ కాదు. మనం వాటిని నిష్పక్షపాతంగా పరిశీలిస్తే, అక్కడ లేని నీడలకు మనం తరచుగా భయపడతామనేది అర్థం అవుతుంది...

మిమ్మల్ని ఆందోళనకు గురి చేస్తున్న విషయం మిమ్మల్ని కుంగదీస్తున్నదని మీకు తెలుసు. అయితే యాదృచ్ఛికంగా చేసిన ఒక వ్యాఖ్య లేదా సంఘటన మీరు ఆందోళన చెందుతున్న విషయం ఎంత అప్రధానమైనదో మీకు తెలిసి వచ్చేలా చేసినప్పుడు మీ మనస్సు ఎంత తేలికపడిందో గమనించి మీరు ఆశ్చర్యపోతారు

ఈ విధమైన జ్ఞానానికి జెన్ బోధనలు ఒక నిధి.

"జెన్" అనే పదం విన్నప్పుడు మీరు ఏమనుకుంటున్నారో నేను ఆశ్చర్యపోతున్నాను. ఇది గంభీరమైన, లోతైన ఆలోచనల యొక్క రహస్య ప్రపంచాన్ని సూచిస్తుంది. ఇది నిజం: మేము కొన్నిసార్లు జెన్ కోన్స్ గురించి సంక్షిప్త సంభాషణలలో పాల్గొంటాము కానీ ఇది తప్పుదారి పట్టిస్తుంది. జెన్ బోధనలు చాలా అందుబాటులో ఉంటాయి.

అవి మన దైనందిన జీవితానికి దగ్గరి సంబంధం కలిగి ఉంటాయి.

ఉదాహరణకు, మీరు ఇంట్లోకి ప్రవేశించి, మీ బూట్లు తీసివేసినప్పుడు, వాటిని చక్కగా వరుసలో ఉంచండి. ఇది కూడా జెన్‌లో పాతుకుపోయింది: "మీ పాదాల క్రింద ఏముందో జాగ్రత్తగా చూసుకోండి" అనే జెన్ మాటకి ఇది అక్షరార్థ ప్రతిబింబం.

జెన్‌లో మేము మా శిక్షణలో భాగంగా జెంగో అనే పదబంధాలు, సూక్తులను ఉపయోగిస్తాము. జెన్ జ్ఞానం, అభ్యాసాన్ని అర్థం చేసుకోవడంలో మాకు సహాయపడటానికి జెంగో ఉపాఖ్యానాలు, గ్రంథాల నుండి ఉద్భవించింది. మీరు వాటిని ఈ పుస్తకం అంతటా చూస్తారు. చివరికి సూచికలో సేకరిస్తారు

"మీరు పరిపూర్ణమైన మనస్సుతో తినండి, త్రాగండి", అని జెంగో చెప్తుంది.అంటే అనవసరమైన విషయాలతోపరధ్యానంలో ఉండకూడదని మనకు బోధిస్తోందనమాట. మీరు టీ తాగేటప్పుడు టీ మీద మాత్రమే దృష్టి పెట్టండి,అలాగే భోజనం చేసేటప్పుడు ఆ భోజనంపై మాత్రమే దృష్టి పెట్టండి.

ఇవన్నీ చాలా సాధారణమైనవిగా అనిపించవచ్చు, కానీ ఈ అలవాట్లను ఆచరణలో పెట్టడానికి మనం చాలా జాగ్రత్తలు తీసుకోవాల్సి వస్తుంది. అప్పుడే మనం వాటిపై దృష్టి పెట్టగలుగుతాము. ఇలా చేయడం వల్ల మనం అనవసరమైన ఆందోళన నుండి విముక్తి పొందుతాము. మన మనస్సు స్థిరంగా ఉంటుంది.

కాబట్టి, భవిష్యత్తులో ఏమి జరుగుతుందనే దాని గురించి ఆందోళన చెందే బదులు, ఇక్కడ, ఇప్పుడు ఏమి జరుగుతోందనేదాని మీద మాత్రమే దృష్టి పెడదాం. విషయం తగ్గించడం, పట్టించుకోకపోవడం, విస్మరించడం... అలా చేయడం ద్వారా, మనం ప్రశాంతంగా, మరింత సేదతీరుతూ, సానుకూలంగా మన స్వభావాన్ని ఆస్వాదించగలుగుతాము.

గాషో

షున్మ్యో మసునో

ప్రథమ భాగము

తగ్గించండి, వదలండి, వదిలివేయండి

ఆరాటాన్ని, ఆందోళనను దూరంగా ఉంచే జెన్ మార్గం

1

మిమ్మల్ని మీరు మోసం చేసుకోకండి

మనల్ని మనం ఇతరులతో పోల్చుకోవద్దని జెన్ బోధిస్తుంది

"మిమ్మల్ని మీరు మోసం చేసుకోకండి" అని జెంగో లేదా జెన్ చెబుతోంది.

మరింత స్పష్టంగా చెప్పాలంటే, "భ్రమలు కలిగి ఉండకండి" అని అర్థం.

భ్రమలు ఊహల యొక్క ఎన్ని కల్పనలనైనా అందిస్తాయని మీరు అనుకోవచ్చు.

కానీ జెన్‌లో, మాయ అనే భావన చాలా లోతైన, విస్తృతమైన అర్థాన్ని కలిగి ఉంది.

మీ మనసులో ఏదైతే ఉందో, అది మీ హృదయాన్ని అంటిపెట్టుకుని ఉండడం, నిర్బంధించడం–ఇవన్నీ భ్రమలు.

ఇదిగో అదిగో అనే స్వార్థపూరిత కోరికలు, మనం వదులుకో కూడదనుకునే అనుబంధాలు–ఇవి కూడా భ్రమలే.

ఇతరుల పట్ల అసూయ, ఆత్మన్యూనతా భావాలు–ఇవి కూడా భ్రమలే.

వాస్తవానికి, మన మనస్సుని పట్టుకున్న ప్రతి మాయ నుండి మనల్ని మనం విడిపించుకోవడం అసాధ్యం. అది బుద్ధుడు సాధించిన స్థితి. మనిషిగా, మన హృదయాలలో, మనస్సులలో ఎల్లప్పుడూ భ్రమలు ఉంటాయని మనం అంగీకరించాలి.

ముఖ్యమైన విషయం ఏమిటంటే, మనకు వీలైనంత వరకు ఈ భ్రమలను తగ్గించుకోవడం. మనమందరం ఈ సామర్థ్యాన్ని కలిగి ఉన్నాము. కానీ అలా చేయాలంటే, ముందుగా మన భ్రమల, నిజమైన స్వభావాన్ని గుర్తించాలి.

సన్‌త్జు నుండి ఒక ప్రసిద్ధ కోటేషన్‌ని ఇక్కడ ఉల్లేఖిస్తాను. "మీ శత్రువును గురించి తెలుసుకోండి, మీ గురించి తెలుసుకోండి,మిమ్మల్ని గురించి మీరు తెలుసుకుంటే వంద యుద్ధాలకు కూడా భయపడరు." అంటే, మీ శత్రువు గురించి తెలుసుకోక పోతే అతన్ని ఏ విధంగా ఎదుర్కోవాలో మీకు అర్థం కాదు.

ఈ భ్రమలకు మూలం ఏమిటి?

వ్యతిరేకంగా ఉండే విషయాలను చూసే ఆలోచనా విధానం ఇది.

ఉదాహరణకు, మేము జీవితం, మరణం, గెలుపు, ఓటములు, అందం, వికారాలు, ధనిక, పేద, లాభం, నష్టం, ప్రేమ, ద్వేషం వంటి పరస్పర విరుద్ధ మైన అంశాలను పరిష్కరిస్తాము.

మరణం జీవితంతో సంఘర్షణ చేస్తున్నట్టు కనిపిస్తుంది, రెండింటినీ పోల్చినప్పుడు, మనం జీవితాన్ని పవిత్రమైనది, విలువైనదిగాను, మరణం శూన్యమైనది, దురదృష్టకరమైనదిగా భావిస్తాము.

"ఆ అబ్బాయి అదృష్టవంతుడు. అలాంటి అదృష్టం నన్నెప్పుడూ వరించలేదు. "

"ఆమె ఎప్పుడూ గెలుస్తూనేవుంటే, నేను ప్రతిదానిలో ఓడిపోతున్నాను?"

ఒక్క అనుభవం అన్నింటిలోనూ రక్తికట్టిస్తుంది. మనము దీన్ని మన జీవితమంతా వర్తింపజేస్తాము. దీనితో ఇతరుల పట్ల అసూయ, ఆత్మనూన్యతా భావాలు మనలో ఏర్పడే వరకు వాటి ప్రభావంలో పడి కొట్టుమిట్టాడుతుంటాం.

నిజానికి, మనం మన చుట్టూ ఉన్నవారి ఆధీనంలో ఉన్నామని, భ్రమలకు కట్టుబడి ఉన్నామని ఎవరైనా చెప్పవచ్చు.

అయితే మిమ్మల్ని మీరు ఇలా ప్రశ్నించుకోండి: ఇతరులతో పోల్చుకోవడం వల్ల మీకు ఏమి లభించింది ?

"ఒక్కసారి జ్ఞానోదయం పొందిన తర్వాత, ఇష్టమైనవి ఉండవు" అనే జెంగో చెప్తోంది.

మనం దీన్ని మానవ సంబంధాలకు వర్తింపజేస్తే, మనం ఇతరులను ఇష్టపడినా లేదా ద్వేషించినా (లేదా వారు మనకంటే మంచిగా లేదా అధ్వాన్నంగా ఉన్నా), మనం మన భావోద్వేగాలకు అతీతంగా ఇతరులను యథాతథంగా అంగీకరించవచ్చు.

"ఇతరుల చర్యలు నా స్వంతం కాదు" అని జెన్ బౌద్ధమతం, సోటో స్కూల్ వ్యవస్థాపకుడు, డోగెన్ జెంజీ, అన్నారు. ఇతరులు చేసే పనులతో మనం చేసే పనులకు సంబంధం లేదని ఆయన బోధించారు.. వేరొకరి ప్రయత్నాలు మన పురోగతికి దారితీయవు. మనం అభివృద్ధి చెందాలంటే మన స్వంత ప్రయత్నాలే మార్గం.

ప్రతి వస్తువు, ప్రతి వ్యక్తి ఉనికి సంపూర్ణమైనదని జెన్ బోధిస్తుంది, వేటికవే తప్ప ఒకదానితో మరొక దానికి పోలిక ఉండదు.

ఇది మీ విషయంలో అయినా మరొకరి విషయంలో అయినా వాస్తవం.

పోలిక లేదు. మనం పోలిక లేని విషయాలను పోల్చడానికి ప్రయత్నించినప్పుడు, అసంబద్ధమైన వాటిలో నిమగ్నమై ఉంటాము. ఇది ఆందోళన, కలత, భయాన్ని సృష్టిస్తుంది.

మీరు పోల్చడం ఆపివేసినప్పుడు, మీ 90% భ్రమలు అదృశ్యమవుతాయని మీరు గమనిస్తారు. మీ హృదయం తేలికైనట్లు అనిపిస్తుంది. జీవితం మరింత ప్రశాంతంగా ఉంటుంది.

"మిమ్మల్ని మీరు మోసం చేసుకోకండి"-ఈ పదాల గురించి ప్రతిసారీ ఆలోచించండి. "నేను ఇతరులతో పోల్చుకోకుండా, సంపూర్ణంగా నన్ను నేను నమ్ముతున్నాను!"

2

"వర్తమానం"పై దృష్టి పెట్టండి

మనల్ని మనం సంతోషంగా ఉంచుకోవడానికి చేయాల్సింది

కొంతమంది జ్ఞాపకాల గురించి ఆలోచిస్తూ ఉంటారు. వారు గతంలో చిక్కుకున్నారని మీరు అనుకోవచ్చు.

"శ్వాసలో నిమగ్నమవు" అని జెంగో చెప్తుంది.

అంటే దీనర్థం, మనం ఊపిరి పీల్చుకునే ప్రతిక్షణం, వీలైనంత వరకు మనస్సాక్షిగా జీవించడం అని అర్థం.

దీనిలో "మూడు కాలాలలో నివసించు" అనే బౌద్ధ భావన మమేకమై ప్రతిధ్వనిస్తుంది.

మూడు కాలాలు గతం, వర్తమానం, భవిష్యత్తు. మనం ఈ మూడు కాలాల మధ్య గల అంతర సంబంధాలలో జీవిస్తున్నాము, అంటే మనం వర్తమానంలో జీవిస్తున్నాం, భవిష్యత్తు పుట్టబోతుంది, గతం ఇప్పటికే చనిపోయింది.

సంసారం అనేది బౌద్ధ భావన ప్రకారం మరణం, పునర్జన్మ చక్రం–ప్రతిదీ పుడుతుంది,ఆ తర్వాత చనిపోతుంది, చనిపోయే ప్రతిదీ తిరిగి జన్మిస్తుంది.

మరో విధంగా చెప్పాలంటే, చనిపోయిన, గతించిన గతాన్ని పునరాలోచించడం వల్ల ప్రయోజనం లేదు, అలాగే వచ్చే వరకు ఇంకా పుట్టని భవిష్యత్తు గురించి కూడా మనం ఆలోచించకూడదు.

అంటే, మనం ఇక్కడ, ఇప్పుడు ఎలా జీవిస్తున్నాము అనేదే ముఖ్యమైనది.

ఈ మూడు లైన్ల పద్యం ఉంది, దీనిని సెన్ర్యు అని పిలుస్తారు:

చెక్కి చేసిన గిన్నె కూడా
ఒకప్పటి చెర్రీ చెట్టు
యోషినో పర్వతం పై

ఇప్పుడు చైనా అరిగిపోయిన వస్తువుగా కనిపించేది ఒకప్పుడు యోషినో పర్వతంపై పూర్తిగా వికసించిన అద్భుతమైన చెర్రీ చెట్టు, అక్కడ ప్రేక్షకులు దాని అందాన్ని చూసి ఆశ్చర్యపోయారు.

మన గత వైభవం, గౌరవం మన ప్రస్తుత స్థితికి పునాది అవుతుంది.

కానీ ఇది యోషినో చెర్రీ పువ్వుల గురించి మాత్రమే కాదు. కొందరు వ్యక్తులు తమ అద్భుతమైన గతాన్ని తీసుకురావడానికి దొరికే అవకాశాన్ని చేజార్చుకోరు.

"నేను ఇంత పెద్ద ఉద్యోగంలో పనిచేశాను."

"ఆ ప్రాజెక్ట్‌ను విజయవంతం చేసింది నేనే."

వాస్తవానికి, బాగా చేసిన పని గురించి ఒకరు అనుభూతి చెందే సంతృప్తిని గుర్తించడం చాలా ముఖ్యం. విజయాన్ని జరుపుకోవడానికి పారదర్శకతను పెంచడం కూడా మంచిది.

అయితే పాత కథల మీద ఇంత కాలయాపన చేయడం సముచితమా? మన దృక్పథాన్ని కొంచెం మార్చుకుందాం.

"పదే పదే ఇష్టమైన విషయం గురించే మాట్లాడడం కాదు. ఇది వినడానికి చాలా దుర్భరంగా విసుగ్గా ఉంటుంది."

మీరు ఎప్పుడైనా అలాంటివి విన్నారా?

వాస్తవానికి, గత వైభవాల గురించి సుదీర్ఘమైన కథలను పదే పదే వినడం మహా అసహ్యకరంగా ఉంటుంది. అయితే ఇలాంటివి మాట్లాడే వ్యక్తికి, ఇది జుగుప్సాకరంగా అనిపించడం లేదా? అంటే వారు చాలా సంతోషంగా ఉన్నారని భావించడం కష్టం.

గతాన్ని స్థిరపరచడం అనేది ఒక వ్యక్తికి వర్తమానంలో విశ్వాసం లేకపోవడాన్ని సూచిస్తుంది. ఆందోళన, వ్యాకులత, భయం మీ హృదయం, మనస్సులోకి ఈ విధంగా ప్రవేశిస్తాయి.

ఇది మీ ప్రస్తుత స్వభావాన్ని అణగదొక్కేదానితో సమానమని కూడా ఎవరైనా అనవచ్చు.

నేను దీన్ని పునరుద్ఘాటిస్తాను. కాబట్టి ఇది మీ మనస్సులో నిక్షిప్తమవుతుంది: ఇక్కడ ఇప్పుడు మనం ఎలా జీవిస్తున్నామో ముఖ్యం.

మీ ప్రస్తుత స్థితి,ముక్కలని ఉడకపెట్టే పాత్ర లేదా ఎదుగు బొదుగూ లేని విషయం (లేదా డెడ్-ఎండ్ జాబ్...) తప్ప మరేమీ కాదని మీరు బాధ పడితే, అది మీ అసంతృప్తిని మాత్రమే పెంచుతుంది. ముక్కలు ఉడకపెట్టే పాత్ర కూడా ఒకరి ఆత్మారాముడిని సంతృప్తి పరచడానికి రుచికరమైన సూప్ తయారీ కోసం ఉపయోగపడుతుంది.

ఇప్పుడు మనం సూప్ చేయగలిగిన అత్యుత్తమ ముక్కలు ఉడకపెట్టే పాత్ర అయిపోదాం

శ్వాస తీసుకుంటూ వర్తమానంలో జీవించడం అంటే అదే.

3

మిమ్మల్ని మీరు భారం చేసుకోకండి లేదా దిగజార్చుకోకండి

మీరు వుండే ప్రదేశంలో మీ మనస్సు కుదుటపడగల స్థలాన్ని సృష్టించండి. మీకు "ఆధ్యాత్మిక నివాసం" ఉందా?

ఒకప్పుడు, దాదాపు ప్రతి జపనీస్ ఇంటిలో ఒక దైవపీఠం లేదా దేవుడి మందిరం ఉండేది.

ప్రతి కుటుంబ సభ్యుడు దాని ముందు కూర్చొని, ధూపం (అది బౌద్ధ దైవపీఠం అయితే) సమర్పించి, చేతులు జోడించి నమస్కరించడం సహజమైన రోజువారీ కార్యక్రమం.

పిల్లలు తమ తల్లిదండ్రులు, తాతా,నాయనమ్మ,అమ్మమ్మలను చూడటం ద్వారా ఈ పద్ధతిని నేర్చుకున్నారు–ప్రార్థన, ఆరాధనలలో చేతులు జోడించడం ద్వారా వారికి పూర్వీకుల పట్ల గౌరవాన్ని కూడా పెంపొందించింది.

ఇది జపాన్ చక్కటి సంప్రదాయాలలో ఒకటి, అందమైన ఆచారం అని బహుశా మీరు అంగీకరిస్తారు.

గతంలో, కుటుంబంలోని వారు మరొక ఇల్లు ఏర్పాటు చేసుకున్నప్పుడు, వారు చేసే మొదటి పని ఏమిటంటే, ఒక దైవపీఠం ఏర్పాటు చేసి, వారి పూర్వీకులను కొత్త ఇంటికి స్వాగతించేవారు. అందువల్ల ప్రతి ఇంట్లో దైవపీఠాలు కనిపిస్తాయి, ప్రతి కుటుంబం లో రోజువారీ జీవితంలో పూర్వీకులు ఉన్నారు.

కానీ ఈ రోజుల్లో, ఎంత మంది ఇళ్లల్లో దైవపీఠం ఉంది? నగరాల్లో నివసించే వ్యక్తులను మాత్రమే లెక్కించినట్లయితే, ఆ సంఖ్య చాలా తక్కువగా ఉంటుంది. ఇంటి పరిస్థితి ఖచ్చితంగా ఒక అంశం అనుకుంటే మాత్రం అది పెద్ద కారణమే అవుతుంది.

అధిక సంఖ్యలో జనం యుద్ధం తర్వాత నగరాలలో స్థిరపడ్డారు, పట్టణ కేంద్రాలకు వెళ్లడానికి చిన్న వయస్సులోనే తమ స్వస్థలాలను విడిచిపెట్టారు. ఈ ప్రజల మనస్సులలో, వారి పూర్వీకులు వారి స్వగ్రామంలో ఉండి, వారి తల్లిదండ్రులను లేదా కుటుంబ పెద్దలను రక్షించారు అనే భావం ఉంది కాబట్టి వారు జీవితంలో బుద్ధుడు ఉన్నాడని భావించలేకపోయారు.

లేదా వారి పూర్వీకుల గురించి తగినంత జ్ఞానాన్ని అందించడానికి వారి తల్లిదండ్రులకు అవకాశం రాకముందే వారు నగరానికి వెళ్లి ఉండవచ్చు, అందువల్ల వారు దైవపీఠం లేని ఇంటిలో నివసించడం సహజంగా కనిపిస్తుంది. తరతరాలుగా మన సంప్రదాయాలు క్రమంగా నశించిపోతున్నాయి.

ఈ రోజు ప్రజలు అనుభవిస్తున్న నిరుత్సాహానికి, ఈ విషయానికీ మధ్య సంబంధం ఉందని నేను భావించకుండా ఉండలేను.

మీ పూర్వీకుల ముందు మీరు చేతులు జోడించే చర్య కేవలం ఆచారం కాదు. తరతరాలుగా సంక్రమించిన ప్రతిదానికీ,ఇప్పుడు మనం

అనుభవిస్తున్న జీవితానికి ఇది కృతజ్ఞతా భావాన్ని వ్యక్తం చేసే మార్గం. మన పూర్వీకులు లేకుండా మనం లేము.

నేను ప్రతి ఉదయం చేతులు జోడించి, "మరో రోజు మంచి ఆరోగ్యంతో ఉండేలా శుభాకాంక్షలు తెలిపినందుకు కృతజ్ఞుడను" అని చెప్పి నా దినచర్య ప్రారంభిస్తాను. ప్రతి రాత్రి, మళ్ళీ చేతులు జోడించి "మరో రోజు పూర్తి చేయగలిగేలా చేసినందుకు కృతజ్ఞతలు తెలియజేసుకుంటాను."

కొన్నిసార్లు, నేను నా పూర్వీకులతో సంభాషిస్తాను.

మనం రోజులు గడుపుతున్న కొద్దీ మనలో ప్రతి ఒక్కరికి రకరకాల అనుభవాలు ఉంటాయి. పనిలో జరిగే పొరపాట్లు, మన సంబంధాలలో సంక్లిష్టతలు, మనల్ని ముడి పెట్టే, మన ఆత్మలను లాగడం వంటివి ఉన్నాయి.

ఈ విషయాలన్నింటి గురించి మీరు మీ పూర్వీకులతో నిజాయితీగా మాట్లాడవచ్చు. మీ పూర్వీకుల ముందు మీరు ఎంత పారదర్శకంగా ఉండగలరు అనేది ఆశ్చర్యం కలిగిస్తుంది.

అంటే మీ పూర్వీకులు మీకు సమాధానం ఇచ్చినట్లు కాదు, కానీ మీ భావాలను వారితో పంచుకోవడం ద్వారా, మీరు ప్రశాంతంగా ఉంటారు. అలా చేయడం వల్ల నిరుత్సాహం నుండి ఉపశమనం లభిస్తుంది. సానుకూల మనస్సును ప్రేరేపిస్తుంది.

మీరు మీ పూర్వీకులతో గడిపే సమయం మీకు మనశ్శాంతి వచ్చే ఒక అవకాశంగా మీరు అనుకోవచ్చు. ఇక్కడ మీరు కృతజ్ఞతతో చేతులను జోడించడం లేదు,అయితే ఇది మీ మనస్సును శాంతింప చేయడానికి ఒక చిన్న అవకాశం.

ఒక దైవపీఠాన్ని ఏర్పాటు చేయడం అంత తేలికైన విషయంగా అనిపించకపోవచ్చు. అయితే, దాని గురించి ప్రత్యేకంగా చెప్పాల్సిన అవసరం లేదు.

మీరు మీ పూర్వీకుల ఫోటోలను ప్రదర్శించవచ్చు. మీరు కూర్చోవడానికి వీలుగా మీ ఇంటిలో ఒక స్థలాన్ని ఎంచుకోండి. మీ హృదయం భారంగా అనిపించినప్పుడల్లా, లేదా నిరుత్సాహ భావం ఏర్పడినప్పుడల్లా, అక్కడికి వెళ్లి, మీరు చేతులు జోడించి నిశ్చలంగా ఉండి ఆలోచనలను తగ్గించుకుంటూ కొంతసేపు ఉండండి. అలా చేయడం ద్వారా, మీ మనస్సు మరింత స్థిరపడుతుందని, మీ దృక్పథం మరింత సానుకూలంగా ఉంటుందని నేను ఖచ్చితంగా అనుకుంటున్నాను.

మీ నివాస స్థలంలో ఒక చిన్న ప్రాంతాన్ని మాత్రమే ఆక్రమించే ఈ ప్రదేశం మీ ఆత్మపై నాటకీయ ప్రభావాన్ని చూపుతుంది. మీకు శిరోభారం గా మారిన ఆవేదన లేదా మీ మనస్సుకి బాధ కలిగించిన ఏవిషయమైనా తొలగిపోతుంది.

ఆధ్యాత్మిక నివాసం అంటే ఇదే. మీ కోసం ఇలాంటి ఒక నివాసాన్ని సృష్టించుకోమని నేను మిమ్మల్ని కోరుతున్నాను.

4

మీ వస్తువులను తగ్గించండి

ఇది మీ మనస్సు, శరీరం రెండింటినీ తేలికపరుస్తుంది

మనం వస్తువులను సంపాదించిన తర్వాత, వాటితో విడిపోవడం కష్టం. మనమందరం ఈ విధమైన మనోభావంతో ఎక్కువ లేదా తక్కువ సంబంధం కలిగి ఉండవచ్చు. వాస్తవానికి, ఇది బాధకు మూలంగా కూడా మారవచ్చు.

"నా ఇల్లు చాలా ఇరుకైనది. చాలా వస్తువులు ఎప్పుడు వచ్చాయో నాకు తెలియదు." ప్రజలు ఇలా చెప్పడం నేను తరచుగా వింటుంటాను,

ఒక ఇంట్లోకి మీరు ప్రవేశించినపుడు ఇల్లు చక్కగా, సౌకర్యవంతంగా జీవించడానికి చాలా స్థలం ఉన్నట్లు అనిపిస్తుంది, కానీ మీకు తెలియకుండానే ఆ స్థలం వస్తువులతో నిండినప్పుడు అది కేవలం విశ్రాంతి తీసుకునే స్థలం మాత్రమే అవుతుంది...

ఇది చాలా నిస్పృహ ప్రభావాన్ని కలిగి ఉంటుంది. నేను "చెత్త భవనాలలో" నివసించే వస్తువులను చేర్చిపెట్టుకునే వారిని గురించి మాట్లాడటం లేదు, కానీ ప్రతి ఒక్కరికి ఈ విషయంలో ఎంతో కొంత అనుభవం ఉంటుందని భావిస్తున్నాను.

దీనికి కారణం వస్తువులతో విడిపోయే విషయంలో అసమర్థత, వస్తువులను పారేయడానికి ఇష్టపడకపోవడం.

జెన్‌లో, మనకు భిక్ష: కిషా అనే పదం ఉంది. పశ్చాత్తాపం లేకుండా, సంతోషంగా ఏదైనా వదులుకోవడం అని దీని అర్థం. దేవాలయం లేదా పుణ్యక్షేత్రాన్ని సందర్శించేటప్పుడు ఎవరైనా నాణేలను విసిరినప్పుడు మేము ఈ విధంగానే వివరిస్తాము.

డబ్బు వంటి ముఖ్యమైనదాన్ని వదులుకోవడానికి ఎవరైనా ఎందుకు సంతోషిస్తారు?

వస్తువులను వదిలించుకోవడం అంటే మన స్వంత అనుబంధాలను వదిలించుకుంటున్నట్లుగా బాధపడడమే దీనికి కారణం.

అనుబంధాలు మన మనస్సులను మబ్బులా కప్పివేసే అవకాశం ఉంది. అనుబంధాలను విడిచిపెట్టడం వల్ల మనకు సంతోషంగా ఉండగలిగే శక్తి వస్తుంది.

ఇది విషయాలకు కూడా వర్తిస్తుంది.

మీ చుట్టూఉండే వస్తువులను ఒక్కసారి పరిశీలించండి. మీరు సంవత్సరాల తరబడి ధరించని దుస్తులతో బీరువాలు లేదా అల్మరాలు నింపబడి ఉన్నాయా? మీరు ఒకటి లేదా రెండుసార్లు ఉపయోగించిన బ్యాగ్‌లు లేదా విలువైన స్థలాన్ని ఆక్రమించే వివిధ అలంకరణ వస్తువులు మీ వద్ద ఉన్నాయా?

"నేను దీన్ని ఏదో ఒక రోజు ఉపయోగిస్తాను..."

ఇది ఎల్లప్పుడూ ఏదో ఒకదానిని ఉంచడాన్ని సమర్థించడానికి ఉపయోగించే సాకు. కానీ మీరు గత మూడేళ్లలో దాని గురించి ఆలోచించకపోతే, దాన్ని ఉపయోగించుకునే అవసరం త్వరలో వస్తుందని

మీరు నిజంగా నమ్ముతున్నారా? ఐదేళ్లలో వెలుగు చూడని బ్యాగ్‌ని మళ్లీ ఎప్పుడైనా ఉపయోగిస్తారా? అంటే సమాధానం చాలా మటుకు "లేదు."

సమాధానం తెలిసినట్లుగా అనిపిస్తే, మీరు మీ భావాలను విడిచిపెట్టి, వాటిని వదిలించుకోవడానికి ధైర్యం చేయాలి. ఇది వస్తువులను వృథాగా పోనివ్వకూడదనే మనస్తత్వంతో విభేదించవచ్చని నేను గుర్తించాను.

వాస్తవానికి వస్తువులను పక్కన పెట్టడం వృథాగా అనిపించవచ్చు. కానీ మీరు వాటిని ఎలా వదిలించుకుంటారనేది ప్రశ్న.

స్నేహితుడు లేదా మీకు తెలిసిన ఎవరైనా దీన్ని వేసుకోవచ్చు లేదా ఉపయోగించగలిగితే, మీరు దానిని వారికి ఇవ్వవచ్చు లేదా స్వచ్ఛంద సంస్థకు విరాళంగా ఇవ్వవచ్చు. దానిని పారవేయడానికి మరొక ప్రదేశం పాత వస్తువులను విక్రయించే మార్కెట్.

ఈ ఐచ్ఛికాలలో ఏవైనా దానం ఇవ్వడం అనే కిషా స్ఫూర్తికి కట్టుబడి ఉండగా, వస్తువులు వృథాగా పోకుండా ఉండాలనే మనస్తత్వానికి అనుగుణంగా ఉంటాయి.

మీరు వదిలించుకోవాల్సిన వస్తువులను పారవేయడం వలన ఎక్కువ స్థలం ఏర్పడుతుంది, ఇది మీ ఇంటి సౌకర్యాన్ని పెంచుతుంది, మీ రోజువారీ జీవితాన్ని మెరుగుపరుస్తుంది. ఇది మీ శారీరక, మానసిక శ్రేయస్సు రెండింటిపై సానుకూల ప్రభావాన్ని చూపుతుందని ప్రత్యేకంగా చెప్పనవసరం లేదు.

కొన్ని వస్తువులను అట్టేపెట్టుకోవాలి–మీరు వాటిని ఉపయోగించినప్పటికీ, విసిరివేయలేని వస్తువులు. వీటిలో తల్లిదండ్రులు, తాతా, నాయనమ్మ, అమ్మమ్మల నుండి సంక్రమించిన స్మారక చిహ్నాలు, మెమెంటోలు, మీరు ప్రత్యేకంగా కుటుంబం కోసం లేదా ఏదైనా ప్రత్యేకమైన జ్ఞాపకార్థం కొనుగోలు చేసిన వస్తువులు ఉన్నాయి.

ఏది ఏ కేటగిరీలోకి వస్తుందో నిర్ణయించడంలో సవాలు ఉంది.

నా అభిప్రాయం ప్రకారం, ప్రతి విషయం గురించి మీరు ఎలా భావిస్తున్నారనేది చాలా ముఖ్యమైన అంశం.

మీరు దానిని మీ చేతిలో పట్టుకున్నప్పుడు, అది జ్ఞాపకాలను కదిలించి, మీ హృదయాన్ని తాకుతున్నదా? ఇది మీకు ఇచ్చిన వ్యక్తిని గుర్తు చేసి మిమ్మల్ని సంతోషపరుస్తున్నదా? ఇది మీకు ఉపశమనం లేదా ఉత్తేజాన్ని కలిగిస్తున్నదా?

దీనికి ద్రవ్య విలువతో సంబంధం లేదు. కొన్ని వస్తువులు విరిగిపోయినప్పటికీ, అవి ఎంత పాతవి, చిరిగిపోయినవి అయినా, ఉంచుకోవలసినవి ఉన్నాయి. ఈ అంశాలు కేవలం "వస్తువుల" కంటే ఎంతో విలువైనవి. అవి మీ జీవితంతో సన్నిహితంగా అనుసంధానించబడి ఉంటాయి. మీరు ఇలాంటి వాటిని దూరంగా ఉంచి, వాటిని అందమైన పెట్టెలో పెట్టి భద్రపరుచుకోండి.

జెన్‌లో, మనం "కలిసి మెలసి నడవడం" గురించి మాట్లాడుకుందాం.

దీనర్థం మన ముఖ్యమైన వ్యక్తులతో సహా మనం నిజంగా విశ్వసించే,నమ్మినవారితో జీవితాన్ని గడపడం. మన జ్ఞాపకాలను భద్రపరచుకోవడానికి వీలు కల్పించే అంశాల పాత్ర చిన్నదేమీ కాదు, అది ఈ అనుభూతిలో మిళితమై ఉంటుంది.

5

మీరు ఎలా ఉన్నారో అలాగే ఉండండి

మీ నియంత్రణలో లేని విషయాలపై దృష్టి పెట్టవద్దు

మీరు చేస్తున్న ప్రతి పనిలో మీ శక్తి ని ప్రతి అణువులో నిమగ్నం చేయండి.

ఇది జీవితాన్ని గడపడానికి సానుకూల మార్గంగా నా మనస్సుకు తోచింది.

కానీ జీవించాల్సిన విషయలకి సంబంధించి మనం ఈ క్రింది వాటిని గుర్తుంచుకోవాలి:

ఈ ప్రపంచంలో మన నియంత్రణలో లేని విషయాలు చాలా ఉన్నాయి.

ఒక విధంగా చెప్పాలంటే ప్రతిదానికీ మీ వద్ద ఉన్న వాటినన్నింటినీ వదులుకోవాల్సి వస్తుంది. లేదా వాటిని మీకు కావలసిన విధంగా చేసుకోవడానికి ధైర్యంగా ప్రయత్నించాలి అని ఆలోచించే ధోరణి మీకు ఉందా?

వాస్తవానికి మన నియంత్రణలో లేని విషయాలు అనేకం ఉన్నాయి. మనం మన శక్తిని దేనికైనా అంకితం చేయవచ్చు, మనస్సు పెట్టి దాన్ని

పరిష్కరించవచ్చు, కానీ మనం ఎంత కష్టపడినా అలిసిపోయి బాధపడతాం తప్ప ఏమీ మారదు.

మనకు ఇవ్వబడిన ఈ జీవితం మనకు అధికారం లేని వాటితో నిండి ఉంది.

ఉదాహరణకు, మీరు మీ హృదయ స్పందనను ఆపగలరా? మీ హృదయం దాని స్వయం శక్తితో పనిచేస్తుంది. దాని గురించి ఎవరూ ఏమీ చేయలేరు. జీవితం అంటే మనకు అధికారం లేని విషయాలు, మన పరిధికి మించిన విషయాలు ఉంటాయి.

బౌద్ధమతంలో, స్వశక్తి ద్వారా కాకుండా, మనకంటే గొప్ప శక్తి ద్వారా మనం మార్గనిర్దేశం చేయబడతామని నమ్మడానికి ఒక కారణం ఉంది–అది స్థూల సత్యం లేదా బుద్ధ స్వభావం.

మన ప్రాణశక్తి ఉద్భవించే స్థానం,నియంత్రణకు మించినది అని మనం గ్రహించినప్పుడు, ఇంకా ఎన్ని విషయాలు ఆ వర్గంలోకి వస్తాయో గుర్తించడం సులభం అవుతుంది. మనం అలసిపోయేలా చేసుకోవాల్సిన అవసరం లేదని తెలుసుకోవడం ఉపశమనం కలిగించదా?

ఇవి మనకు నియంత్రణ లేనివి కాబట్టి అంగీకరించడం ఉత్తమం.

ఆరోగ్యం పట్ల మనం ఎంత శ్రద్ధ తీసుకున్నప్పటికీ, ఇప్పటికీ అనారోగ్యం లేదా గాయాలతో బాధపడుతున్నాము.

“నేను నా ఆరోగ్యాన్ని జాగ్రత్తగా చూసుకోవడానికి చాలా ప్రయత్నిస్తున్నాను, కానీ ఇంకా అనారోగ్యంతోనే ఉన్నాను... నేను తగినంత శ్రద్ధ చూపడం లేదేమో!” అని మనని మనం అనుకోవచ్చు, ఇలా అనుకోవడం అనేది మనం అనారోగ్యంతో ఉన్నామనే వాస్తవికతను కించపరచడం. ఇది అర్థవంతమైనది కాదు.. ఇంకా చెప్పాలంటే మనల్ని

మనం ఖండించుకోవడం, నిందించుకోవడం వల్ల, మన ఆలోచనలు క్రమంగా మరింత ప్రతికూలంగా మారతాయి.

“sick(అనారోగ్యం)” అనే జపనీస్ అక్షరాలను విడదీసి రాస్తే మన ఆత్మకు బాధ కలిగించడం అనే అర్థం వస్తుంది. కాబట్టి, మనం అనారోగ్యంతో ఉన్నప్పుడు, మన ఆత్మ స్థైర్యం క్షీణిస్తుంది, అది మన శారీరక పరిస్థితిపై ప్రభావం చూపుతుంది.

గాయపడినప్పుడు, మనం శరీరంలోని ఒక భాగం బలహీన పడుతుంది.

“ఓహ్, నేను మునుపటిలా కదలలేను... నాకే ఎందుకు ఇలా జరిగింది?” అని విధిని నిందించడం వల్ల మీ శారీరక సామర్థ్యం పునరుద్ధరించబడదు. ఇది మీ దైనందిన జీవితాన్ని దుర్భరం చేస్తుంది.

ఇవి రెండూ మనకు శక్తి లేని సందర్భాలు. అంగీకరించడం తప్ప వేరే మార్గం లేదు. ప్రతిఘటించడానికి ప్రయత్నించినప్పటికీ చివరికి, మీరే అంగీకరించవలసి వస్తుంది..

అలాంటప్పుడు మొదటే ఎందుకు అంగీకరించకూడదు?

ఎలాంటి మార్పు లేకుండామీరు ఎలాగైతే ఉన్నారో-అదే మీ అసలు స్వరూపం. మనలో ఎవరైనా ఎప్పటికీ ఉండగలిగేది ఇదే.

మీ నియంత్రణలో లేని విషయాలని మీరు అంగీకరించిన తర్వాత, పరిస్థితులకి అనుగుణంగా జీవించగలుగుతారు. ఎలాంటి మార్పు లేకుండా-మీరు ఉన్నది ఉన్నట్లుగా, అసలైన స్వరూపంతో, సమర్థవంతంగా మీరు ఎదుర్కోగలుగుతారు. మీరు శక్తిలేని విషయాలపై ఇకపై ఆధారపడరు. మీరు సానుకూల దృక్పథంతో వ్యవహరించగలరు.

నేను ఇక్కడ కేవలం ఆరోగ్యం విషయంలో మాత్రమే ఉదాహరణను తీసుకున్నాను, కానీ ప్రతి పరిస్థితిలోను మీ శక్తి పరిధిలో లేని అన్ని రకాల విషయాలు ఉంటాయి.

ఆ విషయాలపై దృష్టి పెట్టే బదులు, మీరు నియంత్రించగలిగే వాటిపై దృష్టి పెట్టండి.

6

మీ రంగు అద్దాలను తీసివేయండి

*ఇది వ్యక్తిగత సంబంధాల గురించి మీకున్న 90%
చింతలను తొలగిస్తుంది*

మనను వ్యక్తిగత సంబంధాలు బాగా కలవరపరుస్తాయి.

మనపై భారం కలిగించే ఆందోళన, ఆవేదన, భయం వ్యక్తిగత సంబంధాలను కలిగి ఉన్నాయని చెప్పడం అతిశయోక్తి కాదు. పని, సంఘం, పాఠశాల, స్నేహితులు, కుటుంబం, తోబుట్టువులు, బంధువులు వంటి మన సంబంధాలకు అనేక పొరలు ఉన్నాయి. కొన్నిసార్లు, ఇవి సంక్లిష్టంగా మారతాయి ఆందోళన, ఆవేదన భయానికి దారి తీస్తాయి, అది మన మనస్సుపై మబ్బుతెర ను కమ్మేస్తాయి.

ఎంత ప్రయత్నించినా, “నా బాస్, నేను ముఖాముఖి మాట్లాడుకోలేక పోతున్నాము. నేను పని మీద శ్రద్ధ పెట్టి చేయలేకపోతున్నాను. ”

“నేను అర్థం చేసుకోవడానికి ప్రయత్నిస్తున్నాను, కానీ నా స్నేహితుడు నమ్మదగినవాడు కాదు.”

"ప్రక్క ఇంటి మహిళ ఎప్పుడూ నన్ను దూరం పెట్టేలా ప్రవర్తిస్తుంది."

ఒకసారి ప్రతికూల ఆలోచనలు స్థిరపడిన తర్వాత, వాటిని పారద్రోలడం చాలా కష్టంగా ఉండటం మానవ స్వభావం. ఇలాంటి ధోరణి పరిస్థితిని మరింత తీవ్రతరం చేస్తుంది అని

నిజానికి, మీరు కూడా చెప్పవచ్చు,

మీరు బాస్‌కి ఎదురుపడకుండా ఉండడం అసాధ్యం, మీరు విశ్వసనీయత లేని స్నేహితుడి పాత్రను ప్రశ్నించడం మొదలుపెట్టారు, మీ పక్కింటి మహిళ మిమ్మల్ని దూరం పెడుతోంది లాంటి విషయాలను పునరావృతం చేసిన పక్షంలో మీరు చెడు మార్పు వైపు మొగ్గు చూపుతున్నారని చెప్పవచ్చు.

కానీ మీరు ఈ విధమైన మార్పును ఎక్కడ ప్రారంభించారో గుర్తించినట్లయితే, మూలం దాదాపు ఎల్లప్పుడూ చిన్నవిషయం. మీటింగ్‌లో మీ బాస్‌తో మీకు చిన్నపాటి అభిప్రాయభేదం ఏర్పడింది, మీ స్నేహితుడు పొరపాటున మీతో కలిసి చేసిన ప్రణాళికల గురించి మరచిపోయాడు. పక్కింటి మహిళ పలకరింపులకు మీరు స్పందించని సందర్భం ఒకటి ఉంది...

ఇవన్నీ చిన్నవిషయాలు ప్రతి సందర్భంలో, ఇతర వ్యక్తి ఒక కోణాన్ని మాత్రమే పరిగణనలోకి తీసుకుంటాడు.

దీన్నే నేను "రంగు అద్దాలు" ధరించడం అని పేర్కొంటున్నాను. నా ఉద్దేశ్యం ఇవన్నీ మీ ఊహాగానాలే. అవి అంత ముఖ్యమైనవి కాకపోయినా వాటికి మీ మనసులో పాతుకుపోయే అవకాశం ఇస్తే అవి సమస్యలను కలిగిస్తాయి.

ఉదాహరణకు, మీకు ఈ అనుభవం కలిగిందా? మీరు కొత్త నెట్వర్క్ అసోసియేట్‌ని కలవబోతున్నారు. "ఓహ్, మీరు రేపు అతనిని

కలుస్తున్నారా? అతనికి కఠినంగా ఉంటాడనే పేరుంది. జాగ్రత్తగా ఉండండి. లేకపోతే అది మీపై ప్రభావం చూపవచ్చు." అని మీరు అతని గురించిన కొద్దిపాటి సమాచారాన్ని మరొకరి ద్వారా పొందుతారు.

సమావేశం సాఫీగా జరగదు. మీ కొత్త వర్క్ అసోసియేట్ ని కఠినాత్ముడని చెప్పడంతో. నిర్దిష్ట జాగ్రత్తలు, లేదా భయాందోళనలను పరిగణనలోకి తీసుకున్నప్పటికీ, సమావేశం ఎలా సాగుతుందో ఊహించడం సులభం. అతను వాస్తవానికి ఎంత అనుకూలమైనప్పటికీ, నిజమైన స్వభావాన్ని మీరు గుర్తించడం దాదాపు అసాధ్యం. ముందస్తుగా ఏర్పరుచుకున్న అభిప్రాయాలతో మీరు అదే దృష్టితో అతనితో వ్యవహరిస్తూ జాగ్రత్తగా ఉంటారు, అది అతనిని కించపరచవచ్చు.

జెన్ మనకి అందుకే "రంగు అద్దాలు ధరించవద్దు." అని చెప్తోంది.

కేవలం ముందస్తు ఊహాగానాల ఆధారంగా ఇతరుల విషయంలో ఒక అంచనాకు రావడానికి వ్యతిరేకంగా ఇది బలమైన హెచ్చరిక.

మీరు ఒకరి గురించి మీ మూల్యాంకనాన్ని కేవలం ఒక సమాచారం ఆధారంగా లేదా మీరు అతనిని ఒకే కోణం నుండి చూసిన దాని యొక్క ప్రతికూల ఆలోచన లేదా భావోద్వేగాన్ని కలిగి ఉంటే, మీరు తప్పనిసరిగా అతనిని తప్పుగా అంచనా వేస్తారు.

మొదట, మీ రంగు అద్దాలు తీయండి.

ఇంకా, ఈ క్రింది జెన్ పదబంధాన్ని మీ మనసులో పెట్టుకోండి:

"తెలివిగల జీవులన్ని, మినహాయింపు లేకుండా, బుద్ధ స్వభావం కలిగి ఉంటాయి."

మనస్సు యొక్క స్వాభావిక స్వచ్ఛత, పరిపూర్ణత సాధించగల సామర్థ్యం మనందరికీ ఉందని దీని అర్థం. అదే బుద్ధ స్వభావం.

“నేను చూసినది అతనిలోని ఒక కోణాన్ని మాత్రమే. మరోసారి నేను అతని ‘బుద్ధ స్వభావాన్ని’ వెతకడానికి ప్రయత్నిస్తాను.

మనందరికీ బుద్ధ స్వభావం (దయ, అవగాహన, ఉత్తేజం, ఉదాత్తత...) ఉందని విశ్వసించాలని జెన్ మనకు బోధిస్తుంది. మనం దానిని ప్రతి ఒక్కరిలో చూడటానికి ప్రయత్నిస్తే, అది మన హృదయంలో ప్రతిధ్వనిస్తుందని కనుగొంటాము.

మనం మన రంగు అద్దాలను తీసివేసి, స్పష్టమైన కళ్లతో చూసినప్పుడు, ఇతరులలో బుద్ధ స్వభావం క్షణిక సంగ్రహావలోకనాలను మనం కోల్పోము.

ఒకసారి మీరు వ్యక్తుల యొక్క వివిధ కోణాలను చూడగలిగితే, ఆమె ఇప్పటికీ కఠినంగా ఉన్నప్పటికీ; ముఖాముఖి చూడలేని యజమాని ఇప్పుడు మీకు అనుకూలంగా ఉన్నట్లు మీరు కనుగొనవచ్చు, నమ్మదగని స్నేహితుడు ప్రతి విషయాన్నితేలికగా తీసుకున్నా, ప్రేమగలవాడు అని, తెలుస్తుంది. మిమ్మల్ని తప్పించుకునే పక్కింటి మహిళ కొన్ని సమయాల్లో సిగ్గుపడవచ్చు కానీ అణుకువగలది. మంచి హృదయం కలిగి ఉంటుంది.

ఈ ప్రతికూల భావాలు లేదా అభిప్రాయాల వెనుక నిజానికి మీ రంగు అద్దాలు ధరించి ఉన్నారనే విషయం మీరు గుర్తిస్తారని నేను ఆశిస్తున్నాను. మీరు వాటిని తీసివేసిన తర్వాత, మీ దృక్పథం నాటకీయంగా రూపాంతరం చెందుతుంది.

ఇతరుల బుద్ధ స్వభావం మీకు మరింత స్పష్టంగా కనిపిస్తుంది. అది బహిర్గతం అయిన తర్వాత, మీరు ఒకసారి అనుభవించిన చికాకు, తీవ్రత, అలాగే మీ వ్యక్తిగత సంబంధాలలో పాతుకుపోయిన ఆందోళన, ఆవేదన, భయం, మీరు గుర్తించేలోపే అదృశ్యమవుతాయి.

7

దయతో ఉండండి

మీ స్థితి లేదా స్థానంతో సంబంధం లేకుండా
చాలా త్వరగా విభేదిస్తారు

మనం విషయాలను ఎంత గట్టిగా పట్టుకుంటామో అంతగా మనలో అనవసరమైన భయాలు పెరుగుతాయి.

ఉదాహరణకు, ప్రతి ఒక్కరికి వారు పనిచేసే చోట ఒక నిర్దిష్ట హోదా ఉంటుంది లేదా సమాజంలో ఒక నిర్దిష్ట స్థానం ఉంటుంది. మనలో ప్రతి ఒక్కరం అది ఏది అయినా దానికి అనుగుణంగా జీవించడం చాలా ముఖ్యం, కానీ మనం దానికి కట్టుబడి ఉండవలసి ఉంటుంది. ఇది సమస్యాత్మకం కావచ్చు.

ఉదాహరణకు, పనిలో ఉన్న ఎవరైనా మేనేజర్ లేదా వైస్ ప్రెసిడెంట్‌గా బాధ్యతలు స్వీకరించారనుకుందాం, వారు తమ స్థానాన్ని కాపాడుకోవడం పైనే శ్రద్ధ వహిస్తారు.

వారు చాలా కాలంగా ఈ ఉద్యోగంపై దృష్టి సారించినట్లుగా ప్రవర్తిస్తారు ఇప్పుడు దానిని పొందారు కాబట్టి. ఏది ఏమైనా వారు దానిని ఎప్పటికీ వదులుకోరు.

అలాంటి ప్రవర్తన సంస్థకు ఇబ్బంది కలిగిస్తుందని ప్రత్యేకంగా చెప్పనవసరం లేదు. ఇది ఈ వ్యక్తి అధీనంలో ఉన్నవారి శిక్షణ, అభివృద్ధిపై దుష్ప్రభావాన్ని కలుగ చేస్తుది. సంస్థలో తక్కువ పారదర్శకతకు దారి తీస్తుంది.

స్థితి లేదా స్థానానికి అతుక్కుపోయే లేదా అతిగా పెనవేసుకు పోయిన యజమానిని వారి క్రింద ఉన్నవారు ఇష్టపడరు–వారు యజమాని కూడా దానిని గ్రహించలేకపోవచ్చు.

దీనికి సంబంధించి జెంగో ఏమీ చెప్పనప్పటికీ, కన్ఫ్యూషియనిజం, ఐదు ప్రాచీన సాహిత్యాలలో ఒకటైన 'బుక్ ఆఫ్ డాక్యుమెంట్స్'లో, "అహంకారం వైఫల్యానికి దారితీస్తుంది వినయానికి ప్రతిఫలం లభిస్తుంది."అని పేర్కొనబడి ఉంది.

మరో మాటలో చెప్పాలంటే, అహంకారి, స్వార్థపరుడైన వ్యక్తి నష్టాన్ని ప్రేరేపిస్తాడు, నిరాడంబరమైన వ్యక్తి ప్రయోజనాలను పొందుతాడు.

అంతేకాదు సమయం వచ్చినప్పుడు, మన స్థితి లేదా స్థానానికి అతుక్కోకుండా, దయతో విషయాలను ఎప్పుడు అప్పగించాలో అప్పుడు అప్పగించడం మంచిదని గుర్తించడం ముఖ్యం.

వాస్తవానికి, చాలా కంపెనీలలో, వారు పదవీ విరమణ చేసినప్పుడు వారి తక్షణ కింది ఉద్యోగికి తన స్థానాన్ని అప్పగించడానికి నిర్ణయించే అధికారం సాధారణంగా యజమానికి ఉండదు.

కానీ వారు తమ ఖాతాదారుల జాబితాతో తుది చర్చలు తమ కింద ఉన్నవారికి అప్పగించడం, కమిటీ అధ్యక్షుడిగా తమ బాధ్యతలను వేరొకరికి అప్పగించడం, ఉదయం సంక్షిప్తీకరణను నిర్వహించడానికి కింది ఉద్యోగులకు రొటేషన్ పద్ధతిలో అనుమతించడం వంటి పనులను ప్రారంభించవచ్చు... దీనికి అనేక అవకాశాలు ఉన్నాయి.

మీ బాధ్యతలను అప్పగించడం అంటే మీ కింది అధికారులు మిమ్మల్ని అధిగమిస్తారని కాదు.

మీరు ఈ స్థానంలో సంవత్సరాల అనుభవాన్ని గడించారు. ఇంకా చెప్పాలంటే మీ అనుభవం మీకు ప్రయోజనాన్ని ఇస్తుంది. మీరు విలువైన మార్గదర్శకత్వం, అసమానమైన దృక్పథాన్ని వారికి అందించవచ్చు

మీ కింది ఉద్యోగులు స్పందించక పోయినా లేదా మీ ద్వారా వచ్చే కొత్త ప్రాజెక్టులకు ప్రాతినిధ్యం వహించని పక్షంలో వారిలో కొందరు నష్టపోయే అవకాశం ఉంది. వారు ఆందోళన చెందవచ్చు లేదా వాటిని స్వీకరించడానికి సమయం పట్టవచ్చు. కానీ ఈ సమయంలో, వారు అనుభవపూర్వకమైన స్వరం నుండి వచ్చిన మార్గదర్శకత్వం పట్ల అత్యంత కృతజ్ఞతతో ఉంటారు. అన్నింటికంటే ఎక్కువగా, అదే వారికి తమ సామర్థ్యాన్ని పెంపొందించుకోవడంలో, తమ సామర్థ్యాన్ని అంచనా వేసుకోవడంలో దోహద పడుతుంది.

ప్రతి ఒక్కరూ అసహ్యించుకునే బాస్ మరొక కోణం ఆధారపడదగిన, భరోసా ఇచ్చేదిగా ఉండవచ్చు. వాస్తవానికి, అలాంటి వారు కంపెనీని కూడా అభివృద్ధి పరుస్తారని వేరే చెప్పనవసరం లేదు.

మీ హోదా లేదా స్థాయిని కాపాడుకోవాల్సిన అవసరాన్ని మీరు ఎంత ఎక్కువగా విశ్వసిస్తే, మీరు అనవసరమైన చింత కి సంబంధించిన

విత్తనాలను అంత విత్తుతున్నారని అర్థం. దానితో మనశ్శాంతిని పొందడం చాలా కష్టమవుతుంది.

మీరు మీ స్థానానికి అతుక్కోకుండా, సులభంగా అధికారాన్ని ఇవ్వగలిగితే, మిమ్మల్ని వేధించిన ఆందోళనా విత్తనాలు వాటంతటఅవే రాలిపోతాయి మీరు విశాల దృక్పథంతో, ఉల్లాసమైన హృదయంతో మిమ్మల్ని మీరు కనుగొంటారు.

బందీగా కాకుండా, కుటుంబం, సైనిక అంగరక్షకుడి చేత చంపబడిన హోసోకావా గ్రేసియా మరణ కవిత ఇక్కడ ఉంది.

> *"ఈ ప్రపంచంలో, రాలిపోయే నిర్దిష్ట సమయం తెలిసిన పువ్వులకు అత్యుత్తమంగా మారడానికి అనుమతి లభిస్తోంది. మన విషయంలోనూ జరుగుతున్నది అదే."*

ఎప్పుడు నిష్క్రమించాలో, ఎప్పుడు వస్తువులను అప్పగించాలో తెలిసిన వ్యక్తిని చూడటం నిజంగా నూతనోత్సాహం కలిగించదా ?

8

పరిమితులను గుర్తించండి

మనం మన స్వంత సామర్థ్యాలలో మాత్రమే
పని చేయగలము

"పరిమితి" అనే పదం మీకు ఎలాంటి అర్థాన్ని స్ఫురింపచేస్తోంది?

చాలా మటుకు ఇది ప్రతికూలమైనది.

అయితే దానిని సానుకూలంగా చూసేందుకు ప్రయత్నిద్దాం. ఉదాహరణకు, మీ పనిని చేసేటప్పుడు మీ సామర్థ్యాలు ఏమిటో తెలుసుకోవడం చాలా ముఖ్యం.

కానీ చాలా మందికి ఈ విషయం తెలియకపోవడం ఆశ్చర్యకరం. ఉద్యోగ అవకాశం వచ్చినప్పుడు, తాము ఆ ఉద్యోగానికి ఎంతవరకు సరిపోతామనే దానితో సంబంధం లేకుండా దానిని తీసుకోవడానికి సిద్ధంగా ఉంటారు.

అయితే వ్యక్తులు తమ సామర్థ్యాలకు లోబడి మాత్రమే పని చేయగలరు కాబట్టి, ఉద్యోగం యొక్క అవసరాలు వాటికి మించి ఉంటే,

వారు తమను అడిగిన వాటిని చేయలేరు. తగిన ఫలితాలను అందించలేరు, ప్రధానమైన ఈ రెండిటిని చేయకపోవడం వల్ల ఇతరులకు ఇబ్బందికరంగా మారుతుంది.

తరచుగా జరిగేదేమిటంటే, మనం చేయలేని విషయాలను ఎదుర్కొన్నప్పుడు, మనల్ని మనం హింసించుకుంటాము. అసహనం, చిరాకు, నిరాశ, దయనీయంగా కూడా తయారవుతాము. అది మనపై విపరీతమైన ఆధ్యాత్మిక భారాన్ని మోపుతుంది.

అటువంటి దుస్థితిలో పడకుండా ఉండాలంటే మీరు మీ పరిమితులను తెలుసుకోవడం, అవి ఎప్పుడు పరీక్షకు గురవుతాయో గుర్తించడం అవసరం.

నా ఉద్దేశ్యం మీకు అర్థమైందా? మీ పరిమితులను తెలుసుకోవడం వల్ల, మీ సామర్థ్యాలను కూడా నేను అర్థం చేసుకుంటాను.అంటే, అవి మిమ్మల్ని ఎంత దూరం తీసుకువెళతాయో బాగా అర్థం చేసుకోవడం అన్నమాట.

తమ పరిమితులు తెలిసుకున్నవారికి ఢోకా లేదు. వారు తమ పనిని చేస్తారని ఆశించవచ్చు. ఇది విశ్వసనీయతకు సంబంధించిన విషయం. స్పృహలో ఉన్నా లేకున్నా, వారు చాలా అరుదుగా తమ గురించి మాట్లాడుకుంటారు లేదా గొప్పగా చెప్పుకుంటారు, వారి చుట్టూ ఉన్నవారు వారిని విశ్వసించడానికి ఎక్కువ మొగ్గు చూపుతారు.

వారు తమ పరిమితిని అధిగమించి వెళ్లరు కాబట్టి అనవసరమైన మానసిక క్షోభకు గురి కారు. విశ్వాసం కోల్పోకుండా ఉంటారు ప్రశాంతమైన దృక్పథాన్ని కొనసాగించగలరు.

మీరు దీని గురించి ఈ విధంగా ఆలోచించినప్పుడు, మీ పరిమితులను తెలుసుకోవడం అన్నది సమతుల్యతను కనుగొనడానికి ఒక ముఖ్యమైన

మార్గంగా కనిపిస్తుంది. అయితే, మరికొన్ని విషయాలను కూడా మీరు పరిగణనలోకి తీసుకోవాలని నేను కోరుకుంటున్నాను.

ఇది మీ పరిమితులను ఎదుర్కొనే మార్గం.

"నా సామర్థ్యాలకు మించి నన్ను నేను సవాలు చేసుకోకుండా ఉండటం నాకు నిజంగా మంచిదేనా?"

"అది ఒక మార్గం కావచ్చు, కానీ ఇంతకంటే ఒక మంచి మార్గం ఉంది, ఇది మరింత స్వేచ్ఛను అనుమతిస్తుంది. మీ సామర్థ్యాన్ని అంచనా వేసుకోండి అని చెప్పడం నా ఉద్దేశ్యం."

ఉదాహరణకు, మీ సామర్థ్యపు స్థాయి 10 అని మీరు అనుకున్నారనుకుందాం. అయితే ఉద్యోగానికి అవసరమయే స్థాయి 12 గా ఉంటే ఏమి చేస్తారు?ఉద్యోగం మీ సామర్థ్యాలను మించిపోయి ఉందని ఊహిస్తూ మీరు ఆఫర్‌ను వెంటనే తిరస్కరిస్తారా?

ఎందుకంటే ఆ సమయంలో, మీ సామర్థ్యాలు, ఆ ఉద్యోగానికి కావాల్సిన సామర్థ్యాల మధ్య చాలా వ్యత్యాసం ఉండవచ్చు. మీ ప్రస్తుత స్థాయిలో ఉద్యోగం చేయడం కష్టంగా ఉండవచ్చు, కానీ మీకు సవాలుగా తీసుకునే శక్తి ఉంటే, కష్టపడి పనిచేయడానికి సిద్ధంగా ఉంటే, మీరు వ్యత్యాసాన్ని సరిదిద్దు కోవచ్చు. ఆ స్థాయిని చేరుకోవడానికి ప్రయత్నించడం మంచిదని నేను భావిస్తున్నాను.

మరోవైపు, ఉద్యోగానికి 15 లేదా 18 స్థాయి అవసరమైతే, 10వ స్థానంలో ఉన్నమీరు దానిని పూరించడం కష్టం.ఆ వ్యత్యాసాన్ని తీసివేయడానికి ఎటువంటి మార్గం లేదు.

అయితే ఛాలెంజ్ యొక్క పరిధి 10 నుండి 12 వరకు అయితే మాత్రం మీ పరిమితులను మించి సామర్థ్యాన్ని పెంచుకోవడానికి

ప్రయత్నించడంలో ఎలాంటి నష్టం ఉండదు అని నాకు అలా అనిపిస్తోంది, మీరు ఏమనుకుంటున్నారు?

మీరు తదుపరి స్థాయిని చేరుకున్న తర్వాత, మీలో విశ్వాసం పెరుగుతుంది. వాస్తవానికి, మీ సామర్థ్యం కూడా పెరుగుతుంది. సహజంగానే, వ్యత్యాసం ఇప్పుడు చాలా ఎక్కువగా ఉంది. కానీ మీరు మరోసారి ప్రయత్నిస్తే దానిని ఎదుర్కోగలుగుతారు మిమ్మల్ని మీరు సవాలు చేసుకోవడం కొనసాగించగలుగుతారు.

మీ పరిమితులను తెలుసుకోవడం ముఖ్యం.

కానీ ఆ తదుపరి వ్యత్యాసంపై మీ దృష్టిని పెట్టడం కూడా అంతే ముఖ్యం.

మీరు ఈ మాటలను హృదయపూర్వకంగా తీసుకుంటారని నేను విశ్వసిస్తున్నాను.

రెండవ భాగము

మీరు ఇక్కడ, ఇప్పుడు సాధించగలిగే వాటిపై మాత్రమే దృష్టి పెట్టండి

అలా చేయడం ద్వారా, అనవసరమైన విషయాల గురించి ఆలోచించడం మానేస్తారు.

9

స్పష్టమైన వాటిని పునః పరిశీలించండి

ప్రస్తుత క్షణంలో వున్న ఆనందాన్ని మీరు గ్రహిస్తారు

"జీవితంలోని సహజమైన విషయాల కోసం కృతజ్ఞతను విస్మరించే అవకాశం ఉంది."

నేను తరచుగా నా ఉపన్యాసాలలో దీని గురించే మాట్లాడుతాను. మనం గొప్పగా భావించేదానికి ఉత్తమ ఉదాహరణ మన తల్లిదండ్రుల ఉనికి.

తల్లిదండ్రులు తమ పిల్లల, కోసం తమను తాము అంకితం చేసుకుంటారని, వారిని కాపాడుతారని బహిరంగంగాను, రహస్యంగాను వారికి సహాయం చేస్తారని ఇది చెప్పుతున్నాను.

మన తల్లిదండ్రులు చనిపోయినప్పుడు మాత్రమే "వారు ఇచ్చినవి" అనుభవిస్తూ, మనం ఎంత అదృష్టవంతులమో గ్రహిస్తాం..

"నాకు ఇష్టమైన ఆహారాన్ని ఊరు నుండి మా అమ్మ ఎలా పంపేది అని గుర్తుకు వచ్చినప్పుడు, ఆమె మరణం నన్ను బాధిస్తూ ఉంటుంది."

"మా బంధువులందరితో వారికి ఎలాంటి ఇబ్బంది కలిగించకుండా వ్యవహరించడం ఎంత కష్టమో నాకు తెలియదు. కానీ నా తండ్రి ఎల్లప్పుడూ వారితో ప్రతిదీ సక్రమంగా నిర్వహించేవాడు, అది ఎంత భారంగా ఉంటుందో నాకు తెలియదు. "

నేరుగా లేదా ఇంకా చాలా విషయాల్లో, తల్లిదండ్రులపై మనం ఎంతగా ఆధారపడతామో మనకు తెలియదు. వారు మన కోసం చేసే ప్రతి పనిని మనం పెద్దపనిగా భావిస్తాం. ఇది మన తల్లిదండ్రుల గొప్పతనాన్ని ధృవీకరిస్తుంది. అయినా పెద్దగా వాటిని గుర్తించము.

సముచితమైన సమయంలో, తగిన స్థలంలో పనులు చేయడానికి తగిన మార్గం ఉంది అని సోటో జెన్ ఆలయ మఠాధిపతి ఎకిహోమియాజాకి పేర్కొన్నారు

మియాజాకిజెంజీ వంద ఏళ్లు నిండినప్పటికీ కూడా యువ సన్యాసుల మాదిరిగానే సన్యాసి పద్ధతులను కొనసాగించారు.

అతని మాటలు స్పష్టంగా ఇప్పటికీ వినిపిస్తున్నాయని నాకు తెలుసు.

అయితే ఈ స్పష్టమైన స్థితి జెన్ జ్ఞానోదయం అని గ్రహించడానికి, మనం మరింత కృతజ్ఞతతో ఉండాలనేది ఆయన ఉద్దేశం అని నేను నమ్ముతున్నాను.

మనలో ప్రతి ఒక్కరు మన చుట్టూ ఉన్న విషయాలపై పునరాలోచించి వాటిని తేలికగా తీసుకోవడానికి ఏమి చేయాలి? ఉదయాన్నే లేచి అల్పాహారం సిద్ధం చేసుకున్నాం. మనము పనికి వెళ్తాము. మనం పనిచేసే బల్ల పద్ధతిగా వుంది... మంచి, చెడు ఏదైనా జరిగితే మా స్నేహితులు మాతో కలుస్తారు. అంతే కదా అని మనకు మనం సర్ది చెప్పుకుంటాం.

నిద్రపోతున్న పిల్లల ముఖాలను చూసి వారు బాగానే ఉన్నారని సంతృప్తి చెందుతాం.

...ప్రస్తుతం ఇక్కడ ఉన్న ఈ "సహజమైన" విషయాలు, మనకు ఎంతవరకు తోడ్పడుతాయి? మనకు ఓదార్పు, ప్రోత్సాహం, ప్రేరణను అందిస్తాయి?

వీటిని గమనించవలసిందిగా మిమ్మల్ని కోరుతున్నాను. అలా చేయడం ద్వారా, మీరు పెద్ద ఆధ్యాత్మిక మార్పును అనుభవిస్తారు. మీ కుటుంబసభ్యుల పట్ల మీకు కలిగిన చికాకు, నిర్లక్ష్యంగా చేసిన పని, మీ స్నేహితుడు మిమ్మల్ని వదిలివెళ్లిపోవడం... అన్నీ మాయమైపోతాయి. మీరు ఈ క్షణంలో, ఇక్కడే, ఇప్పుడే సంతృప్తి చెందుతారు.

ఎల్లప్పుడూ విలువైన విషయాలను మనస్ఫూర్తిగా తీసుకోవడం ప్రారంభించిన తర్వాత, విసుగు, చికాకు కలిగించే, నిరుత్సాహపరిచే విషయాలతో సహా ప్రతిదానికీ తొందరగా కృతజ్ఞతతో ఉంటారు.... మీ మనస్సులో ఉన్న ఆ వైఖరితో, మీరు ఎల్లప్పుడూ కృతజ్ఞతా భావాన్ని కొనసాగించవచ్చు. ఇది మీ జీవితంపై తీవ్ర ప్రభావం చూపుతుంది.

10

తొందరపడకండి, భయపడకండి

రోజుకు ఒకసారి, నిశ్చలంగా ఉండేలా చూసుకోండి

"నా జీవితమంతా, నేను నా లక్ష్యాల వైపు పరుగెత్తుతూనే ఉన్నాను."

విజయవంతమైన జీవితం సాగిస్తున్న వ్యక్తుల నోట ఇలాంటి మాటలు విన్నప్పుడు, ఆ మాటలు మిమ్మల్ని సులభంగా ఆకట్టుకోవడమే కాదు "హ్మ్, నా జీవితం ఎక్కడ వేసిన గొంగళి అక్కడే అన్నట్లుంది; నేను సోమరితనానికి అలవాటు పడిపోతున్నాను" అని కూడా అనుకునే అవకాశం ఉంది.

కొంతమందివ్యక్తులు జీవితాంతం ఆగకుండా పరుగులు పెడుతూనే ఉంటారు. వారు చాలా ఖచ్చితంగా ఉంటారు. వారి జీవితాలు పరిపూర్ణంగా, కాంతిమయంగా కనిపిస్తాయి.

అయితే, ప్రతి ఒక్కరూ ఆ సామర్థ్యం కలిగి ఉండరు.

ఉదాహరణకు, మెట్లు తీసుకోండి. కొంతమంది ఒకే ప్రయాణంలో సునాయాసంగా అనేక విమానాలు ఎక్కి దిగుతుంటారు.మరికొందరు దిగినప్పుడల్లా మళ్లీ ఎక్కేముందు విశ్రాంతి తీసుకుంటారు. వారు

కొద్దిసేపు ఊపిరి పీల్చుకున్న తర్వాత, కొత్త శక్తితో తమ వేగాన్ని కొనసాగించగలుగుతారు. ఈ విధానం, ఒకే సమయంలో చేయడం కంటే భిన్నంగా ఉన్నప్పటికీ, కొన్ని ప్రయోజనాలను కలిగి ఉండవచ్చు.

జెన్‌లో కూడా అలాంటిదే ఉంది.

మీరు పరిగెత్తేటప్పుడు, ప్రతి ఏడు సార్లకు ఒకసారి కూర్చోవాలని చెబుతున్నాము.

జీవితంలో పరుగులు పెట్టడంలో ఎలాంటి తప్పు లేదు, అలాగే స్థిరంగా ఉండడం చెడ్డ విషయం కాదు. అంతేకాదు,ఇది చాలా ముఖ్యమైనదని కూడా జెన్ బోధిస్తుంది.

నిశ్చలత్వం, మనం ఏమి చేస్తున్నామో, ఆత్మపరిశీలన చేసుకోవడానికి దోహదపడుతుంది. “ఆత్మపరిశీలన చేసుకోవాల్సిన అవసరం లేదు--నేను నా జీవితాన్ని ఎలా నడిపిస్తాననే దాని గురించి నాకు ఎటువంటి సందేహం లేదు!” అని అనుకునే వారికి, అది అలా జరగవచ్చు లేదా జరగకపోవచ్చు.

“ఒకసారి నేను పరుగులు పెట్టడం మానేస్తే, మళ్లీ ప్రారంభించడం కష్టం కాదా?” అని కొందరు ఆశ్చర్యపోవచ్చు. కానీ భయపడాల్సిన పని లేదు-నిశ్చలంగా ఉండటానికి ప్రయత్నించండి. స్వయంగా పరీక్షించి చూడండి.

మీరు పొరపాట్లు చేసినప్పుడు లేదా విఫలమైనప్పుడు నిశ్చలత్వం చాలా ఉపయోగకరంగా ఉంటుందని నేను నమ్ముతున్నాను. పొరపాట్లు, వైఫల్యాలకు ఎల్లప్పుడూ ఒక కారణం ఉంటుంది. దానికి కారణం ఏమిటో గుర్తించడం ముఖ్యం. అర్థం చేసుకోవడానికి నిశ్చలంగా ఉండండి. అంటే, మనం వైఫల్యాన్ని అనుభవించినప్పుడు మనం ఎలా లేదా ఎందుకు విఫలమయ్యామో ఆత్మపరిశీలన చేసుకోవడానికి ఇది ఒక అవకాశం.

కారణాన్ని పరిశోధించకుండా ముందుకు సాగితే, మీరు మీ పొరపాట్లు, వైఫల్యాలను వదిలివేస్తారు. ఏదో ఒక రోజు ఇవి ప్రభావం చూపుతాయి. భవిష్యత్తులో కొంత దూరం వెళ్లిన తర్వాత మీరు వదిలిపెట్టిన విషయాలు మీకు గుర్తుకు వస్తాయి వాటిని తిరిగి పొందడానికి మీరు తిరిగి వెనక్కి వెళ్లవలసి ఉంటుంది. మరో మాటలో చెప్పాలంటే, మీరు అవే తప్పులు చేస్తూనే ఉంటారు.

జపాన్ లోని అతిపెద్ద ఎలక్ట్రానిక్స్ కంపెనీ పానాసోనిక్ వ్యవస్థాపకుడు కొనోసుకే మత్సుషిత ఒకసారి ఇలా అన్నారు:

"తమ వైఫల్యానికి కారణాన్ని నిజాయితీగా గుర్తించగలిగిన వారే పారదర్శకత కలిగిన వ్యక్తులు... నేను ఒక విలువైన పాఠం నేర్చుకున్నాను అని అనుకోవడం ఒక మంచి అనుభవం'...అలాంటి వారే ముందుకు సాగుతారు, తమను తాము మెరుగుపరుచుకుంటారు.

పొరపాట్లు, వైఫల్యాలను సానుకూల అనుభవాలుగా మార్చడానికి, వాటి నుండి పాఠాలు నేర్చుకోవడానికి, వాటి కారణాలను వెలుగులోకి తీసుకురావడం అవసరం. ఇక్కడ, ఇప్పుడు చేయవలసిన పనులు ఉన్నాయి. వాటిని పరిష్కరించడానికి, నిశ్చలంగా ఆత్మపరిశీలన చేసుకోవడం ముఖ్యం. పరిశ్రమలోని ప్రముఖుడు సైతం దీనిని అంగీకరించగలిగినంత వినమ్రత కలిగి ఉంటాడు.

వాస్తవానికి, మీరు పొరపాట్లు చేసినప్పుడు లేదా విఫలమైనప్పుడు మాత్రమే కాకుండా, నిశ్చలంగా ఉండి మీ స్వబుద్ధితో "ఇది సరైనదేనా?" అని ఆలోచించడం ఎంతో విలువైనదే.

ఇది సాంప్రదాయ చైనీస్ గ్రంథం నుండి వచ్చిన ఆలోచన– "నిశ్చలత్వం అభ్యాసం చేయండి". ప్రతి రోజు కనీసం ఒక్కసారైనా,

నిశ్చలంగా కూర్చుని, మన గురించి ఆలోచించుకోవడం ముఖ్యం.

మన స్నేహితులు, సహోద్యోగులు మనకంటే ముందు పరుగులు పెట్టడాన్ని మనం చూస్తున్నప్పుడు, నిశ్చలంగా ఉండటం ఇబ్బందికరంగా ఉండవచ్చు. కానీ జెన్, చైనీస్ సాంప్రదాయాలు రెండూ అది బాగానే ఉంటుందని మనకు హామీ ఇస్తున్నాయి: మనం నిశ్చలంగా ఉండవచ్చు.

ఎలాంటి ఆందోళన చెందకుండా. జీవితంలో మీరు ఏ లక్ష్యాలను సాధించాలనుకుంటున్నారో వాటిని గురించి మాత్రమే కాకుండా, అన్ని రకాల విషయాల గురించి ఆలోచించడానికి, సమయం కేటాయించాలని మిమ్మల్ని కోరుతున్నాను..

11

సానుకూలంగా స్పందించండి

నిరుత్సాహానికి గురి అయితే ఫర్వాలేదు, కానీ త్వరగా మళ్లీ అందులోంచి బయట పడండి

సాఫీగా, ఎలాంటి ఒడిదుడుకులు లేని జీవితం అంటూ ఏమీ ఉండదు. ప్రతి జీవితానికి ఎత్తు, పల్లాలు ఉంటాయి.

"పనిలో, వ్యక్తిగత సంబంధాలలో, నా ఆరోగ్యానికి సంబంధించిన విషయాలు, నేను అనుకున్న విధంగా జరగనప్పుడు–నా మానసిక స్థితి అంధకారంగా,నిస్సత్తువగా అనిపిస్తుంది."

అది ఆ పల్లాలలో ఒకటిగా ఉంటుంది. పై స్థాయికి చేరుకున్నప్పుడు, మనం మన సామర్థ్యాలను ఎక్కువగా అంచనా వేయవచ్చు లేదా అహంకారంతో ఇతరులను చిన్నచూపు చూడవచ్చు.

బౌద్ధమతంలో ఈ మితిమీరిన ఆత్మవిశ్వాసాన్ని జోజోమన్ అంటారు. మన అపరిపూర్ణ స్థితిని మరచిపోగలం, అహంకారపూరిత మనస్తత్వంలో పడిపోతాం, ఇప్పటికే జ్ఞానోదయం పొందినట్లు. ఇది ఒక విష చక్రాన్ని సృష్టిస్తుంది. వాస్తవానికి, మానవులుగా, మనం అనుకోని సంఘటనలు

జరిగినప్పుడు లేదా పరిస్థితులను ఎదుర్కొన్నప్పుడు నిర్వీరామంగా, ప్రశాంతమైన మనస్సును కొనసాగించలేము.

అసమానమైన గ్రేట్ యోకోజునా సుమో రెజ్లర్ సదాజీఫుతాబయామా అరవై తొమ్మిది వరుస విజయాల ఆల్ టైమ్ రికార్డును సొంతం చేసుకున్నాడు. కానీ డెబ్భైవ బౌట్ లో విజయం కోసం ప్రయత్నించి అతను ఓడిపోయాడు, ఆ తరువాత అతను తన గురువుకు ఒక టెలిగ్రామ్ పంపాడు:

"ఫైటింగ్ రూస్టర్(పందెంకోడి) ఇప్పటికీ నన్ను తప్పించుకుంటోంది."

ఈ పదాలు జువాంగ్జీ అనే చైనీస్ మహర్షి చెప్పిన ఒక కల్పిత కథను సూచిస్తాయి. ఇతర కోడిపుంజులకు లొంగకుండా తీర్చిదిద్దిన పోరాట కోడికి శిక్షణ ఇవ్వడం ఈ కథ. కోడి ఒక ఉన్నత అవగాహన స్థాయికి చేరుకున్న తర్వాత, అవసరమైనప్పుడు దాడి చేయడానికి సిద్ధంగా ఉంటుంది, కాకపోతే చెక్కతో చెక్కిన కోడి వలె స్థిరంగా ఉంటుంది, అతను అజేయంగా ఉంటాడు. తన డెబ్భైవ బౌట్ లో ప్రత్యర్థి చేతిలో పరాజయం పాలైన ఫుటాబయామా ఇంకా ఆ స్థాయికి చేరుకోనందుకు ఆత్మ నిందను తన గురువుకు ఒక సందేశంలో వ్యక్తపరిచాడు. తన అద్భుతమైన స్వభావం, సాంకేతికత, శారీరక స్థితితో కూడా, ఫుటాబయామస్టిల్ తడబడ్డాడు. "ఫైటింగ్ రూస్టర్" స్థితిని సాధించడం చాలా కష్టమని రుజువైంది. చెడు జరిగినప్పుడు, లేదా మనం కఠినమైన స్థితిలో ఉన్నప్పుడు, దాని గురించి నిరాశ చెందడం సరే. కానీ అప్పుడు మీ ప్రతికూల మానసిక స్థితిని సానుకూలంగా మార్చుకోండి. అదే జెన్ ఆలోచనా విధానం. ఇక్కడ ఒక జెన్ సన్యాసి గురించి ఒక కథ ఉంది.

తన సన్యాసి శిక్షణలో భాగమైన ప్రయాణంలో, ఒక సన్యాసి శిథిలమైన గుడిసెలో ఒక రాత్రి గడిపాడు. పరిస్థితులు చాలా దారుణంగా ఉన్నాయి, ఆకులు పైకప్పులోని కంతల గుండా పడిపోయాయి. చలిబారి

నుండి తప్పించుకోవడానికి, సన్యాసి వెచ్చదనం కోసం నేలమీది అట్ట లను లాగి చలిమంట వేసుకున్నాడు. కొద్దిగా నిరాశకు గురయ్యాడు.

అయితే అతను పైకి చూడగానే, పైకప్పులోని కంతలలో నుండి చంద్రకాంతి మెరుస్తూ కనిపించింది. అ మెరుపు కాంతులు తనను చుట్టుముట్టినట్లు భావించాడు.

నిజానికి ఇదొక అసాధారణ అనుభవం అని సన్యాసి గ్రహించాడు. మనసును ఆక్రమించుకున్న నిస్సహాయ ఆలోచనలు చెదిరిపోయాయి. ఆనందంతో తన్మయత్వం చెందాడు.

కుటీరంలో చలిని తట్టుకోలేక పోవడం అనే వాస్తవంలో ఎలాంటి మార్పులేదు. కానీ అది అతనికి నిరుత్సాహాన్ని కలిగించే బదులు, క్షణంలో ఆనందాన్ని పొందేలా తన ఆలోచనను మార్చుకోగలిగాడు.

కొన్ని విషయాలు ఎందుకు జరుగుతాయో అర్థం చేసుకోలేనప్పుడు, పరిస్థితికి కట్టుబడి పోవడం,పరిస్థితి గురించి విచారించడం సహజం.

కానీ అలా ఉండవలసిన అవసరం లేదు. మీకు మీరే ఇలా చెప్పుకోవడం ద్వారా మీరు ప్రతిస్పందించడానికి, మరింత సానుకూల మార్గాన్ని కనుగొనగలరని నా ఆశ: "కలత చెందకుండా, దీనిని అధిగమించగలను. నేను అక్కడ ఉండగలను!"

ప్రజలు కూడా ఇలా అంటారు, "దేవుడు మనం భరించగలిగే శక్తిని మించిన దానికంటే ఎక్కువ ఇవ్వడు." విషయాలు అస్పష్టంగా అనిపించినప్పుడు, మీ ఆత్మ నలిగిపోయినట్లు లేదా రాళ్ల మధ్య, కఠినమైన ప్రదేశంలో చిక్కుకున్నట్లు అనిపించినప్పుడు, ఈ విషయం గుర్తుంచుకోండి. మీరు దానిని అధిగమించగలుగుతారు.

ఈ రకమైన ఆలోచనే మీ ఆలోచనా విధానాన్ని మార్చగలదు.

ఈ రకమైన ఆలోచనే మిమ్మల్ని ఇక్కడ, ఇప్పుడు తిరిగి తీసుకురాగలదు.

వేరే దిశను ఎలా కనుగొనాలి?

పరిపక్వత సాధించడానికి మనం చర్మాన్ని వదులుకోవాలని వారు చెబుతారు, కానీ అలా చేయడానికి, మనం అనేక ఇబ్బందులు లేదా ప్రతికూలతలను ఎదుర్కోవాల్సి ఉంటుందని నాకు అనిపిస్తుంది. మరో మాటలో చెప్పాలంటే, కష్టాలు లేదా ప్రతికూలతలు మన చర్మాన్ని కోల్పోయి ఎదగడానికి అవకాశాలను అందిస్తాయి. ఈ అవకాశాలను మనం స్వాగతించాలని కూడా మీరు అనవచ్చు.

పిల్లలకు ఎంతో ప్రియమైనవాడు, తన జీవితంలో ఎక్కువ భాగం సన్యాసిగా గడిపిన బౌద్ధ సన్యాసి రియోకన్ ఒకసారి ఇలా వ్రాశాడు: "దురదృష్టాన్ని అనుభవించాల్సివచ్చినప్పుడు దురదృష్టాన్ని అనుభవించడమే మంచిది."

ఆత్మకు మార్చే శక్తి కచ్చితంగా ఉంటుంది. దీన్ని దృష్టిలో ఉంచుకుంటే మన కష్టనష్టాలను అవకాశాలుగా చూడవచ్చు.

12

ఉదయాన్ని ఆస్వాదించండి

మానసిక స్థలాన్ని సృష్టించడానికి ఉత్తమ మార్గం మీ సమయాన్ని ఉపయోగించుకోవడం కంటే సద్వినియోగం చేసుకోవడం గురించి నేను మాట్లాడాలనుకుంటున్నాను

మనస్సు, శరీరం ఆరోగ్యంగా ఉండటానికి-ఇంకా మెరుగ్గా ఉండటానికి, బలంగా జీవించడానికి-మీ రోజువారీ కార్యక్రమాలను దెబ్బతీయకుండా ఉండటం చాలా ముఖ్యం. మీరు ఉదయం లేచినప్పుడు, రాత్రి పడుకునే సమయం నిరంతరం, ఒక రోజు నుండి మరొక రోజుకు మారుతూ ఉంటే, మీరు సరైన ఆరోగ్యాన్ని కాపాడుకోవడం లేదా అది కలిగించే మానసిక అలసటను భరించడం కష్టం. ఇంకా చెప్పాలంటే, మానవ స్వభావం సోమరితనం వైపు మొగ్గు చూపుతుంది. మనస్సును మనం దానిని సోమరిగా ఉంచుతే అది అలాగే సోమరిగా ఉండవచ్చు. మనం సోమరితనానికి లొంగిపోతే, దానికి అంతం ఉండదు. పరిస్థితులు మరింత దిగజారుతాయి. ఏదో ఒక సమయంలో దానికి అడ్డుకట్ట వేయాల్సిన అవసరం ఉంది.

రోజువారీ కార్యక్రమాలను నిర్వహించడానికి మీరు మీ స్వంత నియమాలను సృష్టించుకుంటే తప్పు ఏమిటి?

మీ ఉదయం దినచర్యపై శ్రద్ధ పెట్టడం అనేది ఎంతో విలువైనది.

ఉదయాన్ని ఆస్వాదించండి.

నేను ఇంతకన్నా ఎక్కువగా నొక్కి చెప్పలేను. ఉదయాన్ని ఆస్వాదించే నియమాలలో, అత్యంత ముఖ్యమైనది ఏమిటంటే, "ప్రతిరోజూ అదే సమయంలో త్వరగా లేవండి."

ఉదయాన్నే లేవడం ద్వారా, మీరు మీ ఉదయం పూట సమయాన్ని సృష్టిస్తారు.

కొంతమంది వీలైనంత ఆలస్యంగా నిద్రపోతారు, ఆ పైన హడావుడిగా లేచి కాఫీ తయారు చేస్తారు, దానిని తాగి, రైల్వే స్టేషన్ కు వెళ్ళే ముందు మగ్ ను సింక్ లో వదిలివేస్తారు. ఇది సరైనదేనా? ఇలా రోజు ప్రారంభమైతే మిగతా రోజంతా ఎలా ఉంటుందో ఊహించుకోవచ్చు. తీరిక లేకపోవడంతో మానసికంగా పరుగులు తీస్తున్నాం. ఊపిరి తీసుకోవడానికి సమయం కూడా దొరకడం లేదు. కాబట్టి మనం విషయాలను మరచిపోయే అవకాశం ఉంది, మనము తప్పులు చేయడానికి చక్కటి అవకాశం ఉంది.

ఈ క్రింది జెన్ సామెతను పరిశీలించండి:

"మీరు మీ రోజులో కొన్ని గంటలకు అలవాటు పడతారు, అయితే ఈ వృద్ధ సన్యాసి తన సమయాన్ని పూర్తిగా ఉపయోగించగలడు."

ఇది టాంగ్ రాజవంశం కాలంలో నివసించిన ఝూవోజౌ అనే జెన్ గురువు నుండి వచ్చింది.

ఇది మీ సమయాన్ని బాగా ఉపయోగించుకోవడం, ప్రాముఖ్యతను నొక్కి చెబుతుంది, కానీ మీ రోజును హ్యారిడ్, స్లాప్ స్టిక్ కామెడీ లాగా

ప్రారంభించడం దీనికి పూర్తి విరుద్ధమైన మార్గం. అది మీ 'సమయానికి, దాని ఇష్టానుసారం ఉపయోగించుకోవటానికి ప్రతిరూపం. ఉదయాన్నే లేచి, మీ గదిలోకి కొంత స్వచ్ఛమైన గాలిని అనుమతించండి, మీరు లోతైన శ్వాస తీసుకునేటప్పుడు మీ తలుపు లేదా కిటికీ వెలుపల నిరంతరం మారుతున్న కాలాన్ని గమనించండి. శరీరంలో రక్తం సక్రమ సరఫరాకి, మీరు శక్తి కూడగట్టుకోవడానికి ఇది చాలు.

పక్షుల కిలకిలరావాలు, లేదా గాలి, లేదా చెట్ల ఆకులు రంగు మారడాన్ని గమనించండి-మీలోని సున్నితత్వాలు ఉత్తేజితమవుతాయి. మెరుగుపరచబడతాయి.

మీరు అల్పాహారం తర్వాత ఒక కప్పు టీ లేదా కాఫీని ఆస్వాదిస్తున్నప్పుడు, మనస్సు శరీరం రెండూ ఉదయాన్ని చురుగ్గా తీసుకుంటాయి. మీరు రోజులో ఎక్కువ సమయం గడపడానికి ప్రేరణ పొందుతారు.

అది విలాసవంతమైన ఉదయంలా అనిపించడం లేదా?

మీ సమయాన్ని పూర్తిగా ఉపయోగించడం అంటే ఇదే.

మళ్ళీ, రోజు అలా ప్రారంభమైతే, మిగిలినది ఎలా ఉంటుందో సులభంగా ఊహించవచ్చు. నాణ్యమైన సమయం ఒక క్షణం నుండి మరొక క్షణం వరకు వెళ్తుంది. నేను మళ్ళీ చెబుతున్నాను: రోజులో అన్ని గంటలను ఉత్తమంగా ఉపయోగించుకోవడానికి కీలకం ఉదయం కనుగొనబడుతుంది.

ఉదయాన్ని ఆస్వాదించాలనే ఈ నియమం పదవీ విరమణ సమయానికి దగ్గరకు వచ్చిన వారికి,పదవీవిరమణ చెందిన వారికి ప్రత్యేకంగా వర్తిస్తుందని నేను నమ్ముతున్నాను. పదవీవిరమణ అనేది మీ

జీవితంలో ఒక కీలకమైన ఘట్టం, మీరు మీ రోజులను ఎలా గడపాలో నిర్ణయించుకునేందుకు చక్కటి అవకాశం.

అన్నింటికంటే ఎక్కువ కారణాలను జాగ్రత్తగా పరిష్కరించకపోవడం సమస్యలకు దారి తీస్తుంది. వీటన్నిటినీ పరిష్కరించుకోకుండా మీరు పనిలో మునిగిపోతే, మీ పని పోయినప్పుడు, మీ ప్రేరణ శక్తి లేదా మీ మనోభావాలను కోల్పోవడం సులభం.

దీనికి విలక్షణమైన నమూనాలో, పదవీ విరమణకు చేరుకోగానే, ఒక్కసారిగా వారు వృద్ధాప్యం మీద పడినట్లు కనిపిస్తారు. ఇంతకుముందు గంభీరంగా కనిపించిన కార్పొరేట్ యోధుడు ఇప్పుడు ఇంట్లో దయనీయమైన వ్యక్తిగా మారతాడు-ఇది అసాధారణం కాదు. తనకు తోచినప్పుడు ఉదయాన్నే లేస్తాడు. మధ్యాహ్నం వరకు ఖాళీగా తిరుగుతూ ఉంటాడు. చేసేదేమీ లేక తనకు ఆసక్తి లేని ప్రోగ్రాంలో బుల్లితెరను వదిలేసి, అటువైపు చూడకుండా అక్కడే కూర్చుంటాడు. మీరు ఇలా ఉండటానికి అలవాటుపడినట్లయితే, ఇది మీ దైనందిన జీవితంలో సులభంగా దినచర్యగా మారవచ్చు. అక్కడి నుంచి అనవసర ఆందోళన, ఆవేదన, భయం మొదలవుతాయి.

ఉద్యోగం నుండి పదవీవిరమణ కావడానికి ఇది సమయం కావచ్చు, కానీ మీరు జీవితం నుండి పదవీవరమణ చెందినట్లు కాదు. మనకు దొరికిన ఈ అమూల్యమైన జీవితాన్ని మనం అత్యంత జాగ్రత్తగా చూసుకోవాలి.

నేను చెప్పినట్లు, ఉదయం కీలకం.

మీరు మీ వృత్తిలో చురుకుగా ఉన్నప్పుడు- ఇంకా ముఖ్యంగా, ప్రతిరోజూ ఉదయం ఎంత ముఖ్యమో అనే అవగాహనతో ప్రారంభించండి. అలా చేయడం ద్వారా, మీ రోజులు ఉత్తేజం, ఉత్సాహంతో నిండిపోతాయి.

ఇది మీ ఇంద్రియాలను పునరుద్ధరిస్తుంది. బహుశా మీరు వేరే రకమైన పని కోసం వెతకడం ప్రారంభిస్తారు, లేదా స్వచ్ఛందంగా, లేదా మీరు పని చేస్తున్నప్పుడు మీరు ఇంతకు ముందు ఎప్పుడూ సమయం లేని అభిరుచులకు మిమ్మల్ని మీరు అంకితం చేసుకుంటారు. వీటిలో ఒకటి మీకు జరుగుతుందని నేను మీకు వాగ్దానం చేస్తున్నాను. మీ వంట నైపుణ్యాలను పెంపొందించుకోవడం, మీ కుటుంబానికి తరుచుగా భోజనాన్ని తయారు చేయడం అందమైన పదవీవిరమణ కాదా?

సాధారణ నియమం, ఉదయాన్ని ఆస్వాదించడానికి, ఈ రోజు లేదా ఏ రోజు చేయడానికి ఏమీ లేదు అనే నిరాశా నిస్పృహల భావనలను తరిమికొడుతుంది. మీరు ఇక్కడ ఇప్పుడు పూర్తిగా జీవించడానికి, అనుభవించ దగినంత సుసంపన్నమైన కాలాన్ని తెస్తుంది.

13

మీ స్వంత ప్రమాణాల ప్రకారం జీవించండి

ఎదుటివారి విలువలకు లోబడి లొంగకండి

జీవితం లో మనందరికీ సామాజిక మర్యాద గురించి బాగా తెలుస్తుంది. సమాజం, సామాజిక మర్యాద, భాగస్వామ్య పాత్ర ఆధారంగా నిర్వహించబడుతుంది. మనం దాని నుంచి పక్కకు తప్పుకుని మనకు నచ్చినది చేస్తే సమాజం అస్తవ్యస్తంగా మారుతుంది. సామాజిక మర్యాదలు పాటించాల్సిన అవసరం ఉంది. మన స్వంత భావాలను పణంగా పెట్టి దానికి కట్టుబడి ఉండటం సాధ్యమేనని నాకు అనిపిస్తోంది. మనం సామాజిక మర్యాదలకు కట్టుబడి ఉన్నప్పుడు, మన ఊహాశక్తిని పరిమితం చేస్తాము, స్వేచ్ఛగా వ్యవహరించలేము, మన మనస్సు దృఢంగా మారుతుంది. సామాజిక మర్యాదల వల్ల కొన్నిసార్లు చేతులు, కాళ్లు కట్టేసినట్లు అనిపించడం లేదా?

మనల్ని మనం విముక్తం చేసుకోవడానికి, జీవితంలో తప్పుడు మార్గాన్ని ఎంచుకోకుండా ఉండటానికి మన స్వంత ప్రమాణాలు అవసరం.

మనం సామాజిక మర్యాద ప్రాథమిక పునాదిని కలిగి ఉండాలి, విషయాలపై మన స్వంత వ్యాఖ్యానం, మార్గదర్శక సూత్రాల ద్వారా మద్దతు ఇవ్వాలి, ఇది కొన్ని సందర్భాల్లో, నియమం నుండి పక్కదారి పట్టడానికి, మన స్వంత నిర్ణయాలు తీసుకోవడానికి వీలు కల్పిస్తుంది. నేను వీటిని ప్రమాణాలుగా భావిస్తాను. కాబట్టి, మీరు ఈ ప్రమాణాలను ఎలా అభివృద్ధి చేస్తారు? అలా చేయడానికి ఏకైక మార్గం అనుభవాన్ని కూడబెట్టడం ద్వారా వాటిని ఆచరణలో పెట్టడం, అన్నింటికీ మించి అభ్యాసానికి జెన్ పెద్దపీట వేస్తోంది. "ఆధ్యాత్మిక జ్ఞానోదయం వ్యక్తిగత అనుభవం ద్వారా మాత్రమే వస్తుంది" అని మనకు బోధించే ఒక జెంగో ఉంది. ఒక పాత్రలోని నీటిని చూసి అది చల్లగా లేదా వెచ్చగా ఉందో చెప్పలేరు. ఈ విషయం నిర్ధారించడానికి ఏకైక మార్గం దానిని రుచి చూడటం లేదా తాకడం. ఆలోచించడం కంటే చర్య ముఖ్యం.

ఇప్పుడు సమాచారం సమృద్ధిగా ఉండడంవల్ల, మనకు కావలసినంత జ్ఞానం సులభంగా అందుబాటులో ఉంటోంది. "సామాజిక మర్యాద లేకుండా జీవించడం ఎలా" అని మీరు ఇంటర్నెట్ లో సెర్చ్ చేస్తే మీకు వేలాది ఫలితాలు వస్తాయి. కానీ మీరు వాటిని చదవడానికి సమయం వెచ్చిస్తే, అవి ఒక శ్రేణి లేదా సంబంధం లేని విషయాలను ప్రస్తావిస్తాయని మీకు అర్థం అవుతుంది. మీరు సామాజిక మర్యాదలకు కట్టుబడి ఉన్నారా లేదా అని నిర్ణయించుకునే పరిస్థితిలో ఉంటే మీ మెదడులో పేరుకుపోయిన జ్ఞానం మీకు సహాయపడదు. అనుభవాన్ని కూడబెట్టడం ద్వారా, విషయాలను ఆచరణలో పెట్టడం ద్వారా, మీ శరీరం నేర్చుకుంటుంది- అంటే, మీ శరీర మార్గదర్శకత్వంతో మీరు సరైన నిర్ణయం తీసుకోగలుగుతారు. సరైన చర్య దానిని అనుసరించి ఉంటుంది. కేవలం జ్ఞానంతోనే ప్రమాణాలను పెంపొందించుకోలేం.

సోటో జెన్ దేవాలయానికి అధిపతిగా ఉన్న కోషు ఇటాబాషి, ప్రధాన పూజారిగా కాకుండా శిక్షణలో సన్యాసిలా కూర్చొని సాము, ఆలయ పనులు చేసే అభ్యాసానికి తనను తాను మలుచుకునేవాడు. ఆయన స్థాయి వ్యక్తి,ఈ పనులు చేస్తుండటాన్ని చూసిన సన్యాసులు అతనితో, "ప్రతి రోజూ తప్పనిసరిగా మీరు సామూ చేయాల్సిన అవసరం లేదు. దయచేసి మీ గదిలో హాయిగా విశ్రాంతి తీసుకోండి అనేవారు.కానీ ఇటాబాషి జెంజీ తలకు ఒక తెనుగుయి(నూలు చేతి రుమాలు) చుట్టి, పని చేసేటప్పుడు వేసుకునే బట్టలు వేసుకుని, మిగిలిన వారితో కలిసి శుభ్రం చేసేవాడు. పదవీవిరమణ అయ్యాక కూడా అప్పుడప్పుడూ బయటకు వెళ్లి భిక్షాటన చేసేవాడని విన్నాను. వాస్తవానికి, ఇది సామాజిక మర్యాదకు అవసరమైన దానికంటే ఎక్కువగా ఉంటుంది, కానీ ఒక అద్భుతమైన ప్రమాణం స్థాపించబడి ఉంటుందని ఇది నిరూపిస్తుంది. అయినప్పటికీ, ఇటాబాషి జెంజీ ఎల్లప్పుడూ స్వంత ప్రమాణాలను వెతుక్కుంటూనే ఉండేవాడు, తన అభ్యాసం నుండి ఎప్పుడూ తప్పుకోలేదు, అనుభవాన్ని కూడబెట్టుకుంటూనే ఉన్నాడు.

ఖచ్చితంగా, ఇది అంతులేని జెన్ బోధన, ప్రతిరూపం. అభ్యాసం, అనుభవం ద్వారా ప్రమాణాలు మెరుగుపరచబడతాయి. అవి పరిపూర్ణమయ్యే కొద్దీ, స్వేచ్ఛగా మారతాయి.

కన్ ఫ్యూషియస్ సంకలనాల లో ఒక వాక్యం ఉంది: "డెబ్బై ఏళ్ళ వయసులో, నా మనస్సు లోని కోరికలు ప్రమాణాలను మించవు." కన్ఫ్యూషియస్ ఉద్దేశ్యం ప్రకారం తన కోరికలను అనుసరించడం, చర్య తీసుకోవడం సరైనమర్యాదలను అతిక్రమించవు. ఇది మీ స్వంత నిబంధనలపై స్వేచ్ఛగా జీవించడం గురించి. (మీరు సామాజిక మర్యాదలకు కట్టుబడి ఉన్నారా లేదా అనే దానితో సంబంధం లేకుండా), అలా చేయడం మీ సహజ సత్యాన్ని మీరు జీవించే విధానానికి అనుగుణంగా

ఎలా అనుమతిస్తుంది? మీరు మీ హృదయంలో మెరుగుపరచబడిన ప్రమాణాలను అభివృద్ధి చేసినప్పుడు మాత్రమే ఇది జరుగుతుంది. కాబట్టి, దయచేసి, మొదట సాధన చేయండి, తర్వాత అనుభవం పొందండి అనేదాన్ని గుర్తుంచుకోవడం ద్వారా మీ స్వంత ప్రమాణాలను అభివృద్ధి చేసుకోవాలని మిమ్మల్ని కోరుతున్నాను.

మీ ప్రమాణాలు కొంతైనా మెరుగుపడతాయి. మీరు మరింత ఆత్మవిశ్వాసంతో ఉంటారు, మిమ్మల్ని ఇతరులతో పోల్చడం వల్ల వచ్చే ఆందోళన, ఆవేదన, భయం నుండి విముక్తి పొందుతారు. మీరుగా ఉండటానికి స్వేచ్ఛని పొందుతారు.

14

అనవసరమైన వాటిని ఆశించకండి

సమాచారాన్ని అతిగా నమ్మడం మానేయండి

మన సమాచార ఆధారిత సమాజానికి, మన హృదయాలు మనస్సులకు మధ్య సంబంధం గురించి మాట్లాడాలనుకుంటున్నాను. సమాచారం సమృద్ధిగా ఉన్న అధిక నెట్వర్క్ యుగంలో మనం జీవిస్తున్నాం. ఇంటర్నెట్ పరిణామం, వ్యాప్తి దాన్ని మరింత ప్రేరేపించాయని ప్రత్యేకంగా చెప్పనవసరం లేదు.

ఖచ్చితంగా చెప్పాలంటే, విస్తృత శ్రేణి సమాచారాన్ని పొందగల సౌలభ్యానికి సంబంధించిన మార్గం ఉండే ఉంటుంది. అయితే అదే సమస్యలతో కూడి ఉండవచ్చని నేను భావిస్తున్నాను. నా ఉద్దేశ్యం ప్రకారం ఎక్కువ సమాచారం, నిర్ణయాలు తీసుకునే మన సామర్థ్యానికి అవరోధమవుతుంది. ఉదాహరణకు, మీ ఆరోగ్యాన్ని మెరుగుపరచడానికి మీరు ఏదైనా చేయాలని ఆలోచించి సరే ఇంటర్నెట్ లో వెతికి చూద్దామనుకుని చూడటం మొదలు పెట్టి, సమాచార ప్రవాహంలో మునిగిపోతారు. శోధన

ఫలితాలను చూస్తూ అనేక రకాల పద్ధతులు ఉండడాన్ని కనుగొన్న తర్వాత, ఏం నిర్ణయం తీసుకోవాలో తెలియక అయోమయంలో పడతారు.

"ఇది బాగానే ఉంది, కానీ ఇది ప్రభావవంతంగా అనిపిస్తోంది. ఈ విషయం కూడా ఉందా? దీన్ని కూడా నేను తోసిపుచ్చలేను..."

ఇలాంటి పరిస్థితి అన్ని విషయాలలో జరుగుతుంది–పనిప్రాంతంలో కూడా. "ఇది ఆశాజనకంగా ఉంది." "ఆ కండిషన్ ని ఇక్కడ చేర్చుదాం." "అది ఆసక్తిని కలిగిస్తే, బహుశా మనం దీన్ని ప్రయత్నించాలా?" "జీతం పరంగా కూడా ఇది మంచిదే కావచ్చు..." ఇలా రకరకాలుగా ఆలోచనలు వస్తాయి.

మీ కెరీర్ విషయానికి వస్తే, "నేను ఏమి చేయాలనుకుంటున్నాను?" అని మీలో మీరు అనుకునే అతి ముఖ్యమైన ప్రశ్న, మీ ఉద్యోగ ఎంపిక మీరు, మీ జీవితాన్ని ఎలా గడపాలనేదాన్ని తీవ్రంగా ప్రభావితం చేస్తుంది.

మీరు ఏమి చేయాలనుకుంటున్నారో లేదా ఎలా జీవించాలను కుంటున్నారో తెలుసుకోవడం,మీరు ఎంత సమాచారాన్ని కూడబెట్టారనే విషయంపై ఆధారపడి ఉండదు. దీనికి సమాధానం మీలోనే దొరుకుతుంది. దానిని కనుగొనడానికి, మీరు ఈ ప్రశ్నలను క్షుణ్ణంగా పరిగణనలోకి తీసుకోవాలి. మరో విధంగా చెప్పాలంటే, ఇది మీ హృదయాన్ని ప్రశ్నించడం. మీ ప్రయత్నాలను ఎక్కడ కేంద్రీకరించాలో నిర్ణయించడం.

ఈ నేపథ్యంలో మీ వద్ద ఎక్కువ సమాచారం ఉండడంతో, మనస్సు అస్తవ్యస్తంగా తయారై, ఆందోళనతో పాటు సందేహం కూడా వస్తుంది. దానితో ఏమి చేయాలో మీ మనస్సుకు తెలియదు. ఒకప్పుడు జపాన్ లో దాదాపు అందరూ తరతరాలుగా కుటుంబ వృత్తులలోనే ఉండేవారు. దీనికి చక్కటి ఉదాహరణ రైతులు.అలాగే చేతివృత్తులవారు కూడా,తల్లిదండ్రుల

నుండి పిల్లలకు వారినుండి మనవళ్ల వరకు తమ నైపుణ్యాలను అందించారు. మరో మార్గం లేకపోవడంతో, ప్రజలు వృత్తులపై దృష్టి కేంద్రీకరించడంతో, ఆ పనులకు తమను తాము అంకితం చేసుకోగలిగారు. అందులో పూర్తిగా నిమగ్నమవడం అనేది వారి జీవితంలో సంతృప్తి భావనకు దోహదం చేసింది.

వేరే ప్రత్యామ్నాయం లేకపోవడం వల్ల వారికి పనికి సంబంధించి ఎలాంటి సందేహం లేదా ఆందోళనకు తావు లేదని కూడా మీరు అనుకోవచ్చు. కేవలం పని గురించి మాత్రమే కాదు, సాధారణ జీవితం గురించి కూడా నేటిలాగా పనికిమాలిన భ్రమలు, ఆందోళనలతో ప్రజలు బాధించబడలేదు.

వాస్తవానికి, ఎక్కువ ప్రత్యామ్నాయాలుంటే, విస్తృత అవకాశాలు ఉంటాయనే విషయాన్ని కొట్టి పారేయలేం. కానీ ప్రత్యామ్నాయాలను కుదించడమే ఇక్కడ కీలకం. ఆ విషయం గురించి ఈ విధంగా ఆలోచించండి: మీ ప్రయత్నాలను ఎక్కడ కేంద్రీకరించాలో నిర్ణయించడానికి ప్రాధాన్యత ఇవ్వండి, ఆపై ఆ లక్ష్యానికి అవసరమైన సమాచారాన్ని మాత్రమే సేకరించండి- మీరు ఇప్పటికే వివిధ విషయాలను కనుగొని ఉంటారు. మీరు మనస్సు పెట్టి బాగా ఆలోచించి పనిని ఎంచుకున్నప్పుడు లేదా మీ మనస్సు మీకు చెప్పిన దాని ఆధారంగా ఒక కార్యాచరణను నిర్ణయించినప్పుడు, మీరు ఆశించిన ఫలితాలు వెంటనే రానప్పటికీ మీరు చలించరు. దీన్ని ఆచరణలో పెట్టడానికి మీ వంతు ప్రయత్నం చేయండి. ఇక్కడ ముఖ్యమైన విషయం ఏమిటంటే, బౌద్ధమతం రిన్జాయ్ పాఠశాల స్థాపకుడు రిన్జాయ్ గిగెన్ చెప్పినట్లు

"మీరు ఎక్కడికి వెళ్లినా మాస్టర్ గా ఉండండి–అప్పుడు మీరు ఎక్కడ ఉన్నా, పరిస్థితులు నిజంగా అలాగే ఉంటాయి."

పరిస్థితులు ఎలా ఉన్నా సరే వాటితో సంబంధం లేకుండా ఇక్కడ, ఇప్పుడు మీరు చేయగలిగిన దాన్ని చేయడానికి మీ వంతు ప్రయత్నం చేస్తే, మీలోని సమర్థుడు బయటకు వస్తాడు లేదా మీరు ఎంతవరకు సమర్థులో అర్థం అవుతుంది. సమర్థుడైనవాడు విచ్చలవిడిగా లభించే సమాచారంతో తప్పుదారి పట్టడు, దృష్టిని తప్పుదారి పట్టించడానికి అనుమతించడు. సమర్థవంతుల చూపులు ఒక దిశలో స్థిరంగా ఉంటాయి. సమర్థుడైన వాడు గట్టిగా నిలబడ్డాడు అంటే ఒక దృఢ సంకల్పానికి ఒక మార్గాన్ని వేశాడు అని అర్థం. అటువంటి వారు తమ జీవితాన్ని ఖచ్చితంగా గడుపుతున్నారని కూడా చెప్పవచ్చు. మనమందరం కూడా ఎప్పుడైనా, ఎక్కడైనా సమర్థవంతులుగా మారగల సామర్థ్యాన్ని కలిగి ఉన్నాము. అయితే ముందుగా మన ప్రయత్నాలపై దృష్టి పెట్టాలి. ఇక్కడ, ఇప్పుడు అనేదానిపై దృష్టి పెట్టండి. అక్కడి నుంచి ఎందుకు ప్రారంభించకూడదు?

15

మీరు ఎక్కడ ఉన్నా స్థిరమైన వ్యక్తిత్వం కలిగి ఉండండి

ఇప్పుడు కాకపోతే ఎప్పుడు?

మీరు చేసే పనిలో మీరు నిజంగా నిమగ్నమయ్యారా? మీరు ఆ పనిలో ఆనందిస్తున్నారా, మీరు ప్రతిరోజూ ఆనందిస్తున్నారా? దీనిని సమర్థించుకోవడానికి నా వద్ద వివరాలు లేవు, కానీ చాలా మంది ప్రజలు ఈ ప్రశ్నలకు "నిజంగా కాదు" అని ప్రతిస్పందించే అవకాశం ఉందని నేను ఊహించగలను. చాలా మంది యువకులు తమ ఉద్యోగాలను ఒక్క క్షణంలో వదిలేస్తారు లేదా ఆ పని తమకు అనుగుణంగా లేదని చెప్పడమో, లేక వారు ఆశించినవారు తాము కాదని భావిస్తారని అనిపిస్తోంది.

"సహనం ఒక సుగుణం" అనే జపనీస్ సామెత గొప్ప భావన సూచిస్తుంది. ప్రతి ఒక్కరికీ వారు తమను తాము అన్వయించుకునే దానిని బట్టి పట్టుదల, సంకల్పం ఉంటాయి. ఏదేమైనా, ఈ భావన గతం తాలుకు అవశేషంలా అనిపిస్తుంది, ఇప్పుడు ఇది కాలం చెల్లిన

సున్నితత్వం. ఈ రోజుల్లో ప్రజలు అసంతృప్తితో ఉన్నారు. ఉత్సాహభరిత భావనను కోల్పోతున్నారు. ఇది ఒక సాధారణ భావంగా కనిపిస్తోంది. ఇది ప్రతికూలంగా అనిపించినప్పటికీ, ఈ తరం ప్రధాన లక్షణం, పని మొదలుకుని వ్యక్తిగత జీవితం వరకు ప్రతిదాన్ని "బోరింగ్"గా పరిగణించడం అని అనుకోకుండా ఉండలేను. విసుగు అసంతృప్తి, గొణుగుడుకు దారితీస్తుంది, ఇది ఆందోళనకు బీజంగా మారుతుంది. ఈ క్రింది విషయాలు నిజమా అని మిమ్మల్ని మీరు ప్రశ్నించుకోండి, మీరు ఏమి చేస్తున్నప్పటికీ, మీరు నిజంగా పనిలో నిమగ్నం కాగలరా? మీరు మీ జీవితాన్ని గడుపుతున్నప్పటికీ, దానిలో రాణించగలుగుతున్నారా, దానిలో ఆనందాన్ని పొందగలరా?

మీ సమాధానం ఏమిటి? ఒక విషయం ఖచ్చితంగా చెప్పవచ్చు, వాస్తవానికి ఆకర్షణీయమైన పని అనేది, ఎక్కడి నుంచో కార్యరూపం దాల్చదు. మీరు కావాలనుకునే జీవితం కోసం మీరు వేచి ఉండలేరు. కాబట్టి, మీరు ఇక్కడ, ఇప్పుడు చేస్తున్న పనిలో పూర్తిగా నిమగ్నం కావాలి. మీరు జీవిస్తున్న ఈ క్షణంలో,ఆనందం పొందడం తప్ప మరో మార్గం లేదు. దీన్ని ఎలా చేయాలో ఒక సూచనను అందించే ఒక జెంగో ఉంది: "ఈ గొప్ప భూమిని బంగారంగా మార్చండి." దీని అర్థం మీరు ఎక్కడ అయినా సరే, మీ వంతు కృషి చేయండి. ఇక్కడ, ఇప్పుడే మీ సర్వశక్తులను ఉపయోగించండి. అదే బంగారు భూమిగా మారుతుంది.

అద్భుతమైన బంగారు భూమి అంటూ ఏదీ ఉండదు. అలా చేసేది మీరే. మీ ఉద్యోగం మీకు సరిపోదని మీకు అనిపించినా, లేదా మీరు చేయాలనుకుంటున్నది కాదని మీకు అనిపించినప్పటికీ, ఇక్కడ, ఇప్పుడు నిమగ్నమైన పనిని మీ స్వంతం చేసుకోండి. మీరు ఇక్కడ, ఇప్పుడు చేస్తున్న

దానితో మీరు నిజంగా నిమగ్నం కాలేకపోతే, మీరు ఎప్పుడు, ఎక్కడ కాగలరని మీరు అనుకుంటున్నారు? డోజెన్ జెంజీ జీవితంలోని ఒక ప్రసిద్ధ ఘట్టం ఉంది.

శిక్షణ ప్రారంభంలో, అతను చైనాలోని టియాంటాంగ్ పర్వతం వద్ద ఉపాధ్యాయుడు రుజింగ్ వద్ద చదువుకోవడానికి వెళ్ళాడు. ఒక రోజు, డోగెన్ జెంజి, ఆలయంలో ప్రధాన వంటమనిషిగా పనిచేసే ఒక వృద్ధ పూజారిని చూశాడు, మండే ఎండలో టోపీ కూడా ధరించకుండా షిటేక్ పుట్టగొడుగులను ఆరబెడుతున్నాడు. డోజెన్ జెంజీ వృద్ధుడైన ఆ వంటమనిషిని పిలిచాడు: "ఒక పక్క ఎండ మండిపోతుంటే ఇప్పుడు ఈ పని ఎందుకు చేస్తున్నారు? ఎండ కాస్త తగ్గే వరకు వేచి ఉండండి." అన్నాడు. దానికి ఆ ముసలి పూజారి 'ఇప్పుడు తప్ప సమయం లేదు' అని బదులిచ్చాడు. "ఆ పనిని ఇప్పుడు కాకపోతే ఎప్పుడు చేయాలి? సరైన సమయం ఎప్పుడు ఉంటుంది? ఆ సమయం ఎప్పటికీ రాదు అన్నది ఆయన ఉద్దేశం.

డోగెన్ జెంజీ ముసలి వంటమనిషి మాటలకు ఎంతగానో ముగ్ధుడయ్యాడని చెబుతారు. కేవలం ఇప్పుడే, ఇక్కడే ఉందని అంగీకరించేలా మన మనస్సును స్థిరపరుచుకోగలిగితే, ఆధ్యాత్మిక మెరుగుదలకు ఒక ఉపాయం నేర్చుకోవచ్చు, అది మీ పని విషయంలో, జీవితాన్ని ఆస్వాదించడంలో మనం స్థిరంగా ఉండటానికి వీలు కల్పిస్తుంది. ఎవరైనా చేయగలరని మీరు భావించే పనిపై మీ స్వంతంగా ఏ తీరుగా వ్యవహరించాలో మీకు అర్థం అవుతుంది. ఇది పాత విషయం కాదని గ్రహిస్తారు. అంతేకాదు ఇక్కడ, ఇప్పుడు మీ వంతు కృషి చేయాలనే కోరిక, మీ మనస్సంతా నిండి ఉన్నదనే విషయం కూడా మీరు కనుగొనవచ్చు. అప్పుడు మీ చుట్టూ ఉన్న ప్రపంచం మునుపటి కంటే పూర్తిగా భిన్నంగా

కనిపిస్తుంది. విషయాలపై మీరు స్వంత ఆలోచనలతో ముందుకు వెళ్లడం వల్ల, ఎవరైనా చేయగలిగే పని, మీ నిర్దిష్ట మార్గంలో మీరు మాత్రమే చేయగల పనిగా మారుతుంది.

ఇతరులు మీ పనులను చూసి ఈ విధంగా పనులు ఎలా చేయగలరని కూడా ఆశ్చర్యపోవడం ప్రారంభిస్తారు. ఆ రకంగా మీరు ఒక ముద్ర వేయడమే కాక ఉనికిని సృష్టిస్తారు. మీరు మనస్పూర్తిగా పని చేసినప్పుడు, పని పూర్తికావడమే కాక అందులో ఆనందాన్ని పొందగలుగుతారు. సందేహం, ఆందోళన ఉండవు. విషయాలను మరింత సానుకూలంగా చూస్తారు. ఇక్కడ ఇప్పుడు, మీరు ప్రకాశిస్తారు. మీకు ఎక్కడైనా సరే స్థిరమనస్కులై ఉండండి. మీరు అభివృద్ధి చెందుతారు.

16

మీ భావాలకు వ్యతిరేకంగా వెళ్లవద్దు

ఈ విధంగా విషయాలతో నిరాటంకంగా ఉండాలి

మీరు ఎల్లప్పుడూ విషయాల గురించి ఆందోళన చెందుతారు, లేదా త్వరగా చిరాకు పడతారు. మీ భావోద్వేగాలపై మరింత నియంత్రణను ఎలా పొందగలరు? అందుకోసం నేను మానసిక శూన్య స్థితిని సూచిస్తున్నాను, దీనినే మనం 'ముషిన్' అని పిలుస్తాము. ఏ ఆలోచనా లేని స్థితిలో ఉన్నప్పుడు, మీరు భావోద్వేగాలకు లోనుకారు. సంతోషం, దుఃఖం, ఆశ, నిస్పృహల మధ్య కొట్టుమిట్టాడకుండా(యో యోయింగ్) మీ మనస్సు ప్రశాంతంగా ఉంటుంది. ఏదేమైనా, ముషిన్ సాధారణమైన పని కాదు, ఇది సాధించడం చాలా కష్టం. ప్రత్యేకించి ఒక రకమైన ధ్యానం,జాజెన్ కి కూర్చున్నప్పుడు "మీ మనస్సును ఖాళీ చేయడానికి" తీవ్రమైన ఒత్తిడికి గురి కావాల్సి వస్తుంది. ఆ ఒత్తిడి మీ ఆలోచనలను కట్టడి చేస్తుంది. "దేని గురించీ ఆలోచించకు" అనే అంశం చుట్టూనే మీ ఆలోచనలు తిరుగుతాయి.

జాజెన్ కి కూర్చున్నప్పుడు మనసులో ఆలోచనల ప్రవాహం అనివార్యం. వాటిని పైకి వెళ్లి, తేలనివ్వండి. తర్వాత అవి వాటంతట అవే

నశిస్తాయి. ఈ ఆలోచనలు వస్తూ, పోతూ కనుమరుగవుతాయి. ముషిన్, మానసిక స్థితిని మీరు ఈ విధంగా చేరుకుంటారు. ఒక గులకరాయిని చెరువులోకి విసిరినప్పుడు, అది వెలుపలికి వ్యాపించేలా ప్రకంపనలను సృష్టిస్తుంది. మీ చేతిని నీటిలో ఉంచడం ద్వారా అలలను శాంతపరచడానికి ప్రయత్నిస్తే, అవి మరింత క్లిష్టమైన ప్రకంపనలను మాత్రమే సృష్టిస్తాయి కాబట్టి. వాటిని అలా వదిలేయడం వల్ల అలలు క్రమంగా స్థిరపడటాన్ని చూస్తారు, చివరికి ఉపరితలం మళ్లీ ప్రశాంతంగా ఉంటుంది. మనసు కూడా ఇలాంటిదే.

"మేఘం అహంకారం లేనిది, దానిని లోయ అడ్డుకోలేదు" అని జెంగో సూక్తి. దీని అర్థం మేఘం దేనితోనూ బంధించబడదు, అది గాలితో కలిసి ఆకారాన్ని మార్చుకుంటుంది, గాలి కోరుకున్న చోటికి వెళుతుంది, అయినప్పటికీ మేఘం మారదు. ఇది ముషిన్ ను వ్యక్తపరుస్తుంది. మనం ప్రతిరోజు రకరకాల పరిస్థితులను ఎదుర్కొంటాం. మంచి విషయాలు, చెడు విషయాలు. మనల్ని ఉత్సాహపరిచే విషయాలు అలాగే మనం పాటించలేని విషయాలు మొదలైనవి. మనల్ని మనం వాటికి బందీలమవడానికి అనుమతిస్తే, పరిస్థితి చాలా అల్లకల్లోలంగా తయారవుతుంది. "అతను అలా అన్నాడంటే నమ్మలేకపోతున్నా! ఎంత క్షోభ పెట్టాడు. నేను అతనితో విసిగిపోయాను!" మన హృదయంలో తలెత్తే ఈ కోపాన్ని ప్రతిఘటించడానికి మనము చాలా కష్టపడాల్సి వస్తుంది. అవి మనల్ని కబళిస్తాయి. అవి మన మనస్సునిండా ఆవరించినప్పుడు, గందరగోళం ఏర్పడుతుంది. మనస్సు అదుపులోకి రావడానికి నిరాకరిస్తుంది.

వాస్తవానికి, భావోద్వేగాలు మన ఉనికి సారాంశం, కాబట్టి వాటికి మనల్ని మనం సమర్పించుకోవడం సహజం, కానీ వాటిని అధిగమించడానికి మనం చేయగలిగినదంతా చేయడానికి

ప్రయత్నించినప్పుడు, అవి ఎల్లప్పుడూ మన మనస్సులో అగ్రగామిగా ఉంటాయి. మనము వాటి నుండి ఎప్పటికీ తప్పించుకోలేము. భూమిలో పాతిపెట్టే ఒక చెక్క స్తంభం స్థిరంగా, కదలకుండా ఉంటుంది. గాలులు ఎలా వీచినా అది అలాగే ఉంటుంది. అయితే గాలి బాగా బలంగా వీచినప్పుడు స్తంభం ఒరిగే అవకాశం ఉంది.

మరోవైపు, వెదురు మెత్తగా ఉంటుంది. గాలి వీచినప్పుడు వంగి ఉంటుంది, కాబట్టి తుఫానులో కూడా అది విరిగిపోదు. తుఫాను తగ్గిన తర్వాత, వెదురు దాని సహజ రూపానికి తిరిగి వస్తుంది, ఎత్తుగా, నిటారుగా నిలబడుతుంది. అది గాలులు వీచినప్పుడు, ఆగిపోయినప్పుడు కూడా లొంగి ఉంటుంది. తీవ్రమైన ఆలోచనలు, భావాల పట్ల ఉదాసీనంగా ఉండాల్సిన అవసరం లేదు. అవి వస్తూ ఉంటాయి. కనుమరుగు అవుతుంటాయి. వాటి ప్రవాహానికి అవి లొంగిపోయి ఉంటాయి.

వాటి బారిన పడకుండా ఉండాలంటే ఇలా చేయాలి. మీరు వాటిని గమనించినప్పుడు, ఉద్రిక్తతను తగ్గించడానికి అనుమతించండి "ఇప్పుడు" పై దృష్టి పెట్టండి. మీ మనసుకి ప్రశాంతంత వచ్చి మృదువుగా మారుతుంది. ఇక్కడ మనం ఏ ఆలోచనా లేని స్థితికి చేరుకుంటున్నాం అంటే ముషిన్‌కి చేరువవుతున్నామని అర్థం.

17

మీ సాయంత్రాలను ప్రశాంతంగా గడపండి

రాత్రి పొద్దుపోయిందంటే,
అది పెద్ద నిర్ణయాలు తీసుకునే సమయం కాదు

మీ సాయంత్రాలు ప్రశాంతంగా ఉన్నాయా? అని నేను అడుగుతాను.

జెన్ అభ్యాసంలో భాగం రాత్రిపూట జాజెన్.

కొన్ని సోటో జెన్ దేవాలయాలలో, ఇది రాత్రి 8 గంటల ప్రాంతంలో ప్రారంభమవుతుంది. సన్యాసులకు రాత్రి పడుకునే ముందు మనస్సును శాంతపరచుకోవడం ఆచారం.

దీన్ని పరిగణనలోకి తీసుకోండి. రాత్రింబవళ్లు, పని చేసిన తర్వాత బార్ లో మద్యం సేవిస్తూ మీపై మీరు ఫిర్యాదు చేసుకుంటున్నారా? మీ సమస్యలను దూరం చేయడానికి ఇది తాత్కాలిక పరిష్కారం కావచ్చు, కానీ మరుసటి రోజు ఇది మీకు గొప్ప అనుభూతిని కలిగించదు, నిజమేనా? మీ సాయంత్రాలను ప్రశాంతంగా ఉంచడం కష్టం, ఆశ్చర్యం కలిగించే

విషయమే. పగటిపూట, పని హడావిడి మీ ఆందోళనను, భయాన్ని మరుగుపరుస్తుంది, కానీ రాత్రి సమయంలో, ఇవి అధికమవడానికి ఆస్కారం ఎక్కువగా ఉంటుంది. ఒకసారి మీ మనస్సు వాటిలో చిక్కుకుంటే ఆ తర్వాత, వాటిని వదిలించుకోవడం కష్టం. వీటికి రాత్రిపూట చీకటితో అవినాభావ సంబంధం ఉందని నేను అనుకుంటున్నాను, ఆందోళనను మరింత పెంచడం, మరిన్ని సందేహాలు పెరిగేలా చేయడం రాత్రి యొక్క లక్షణం.

నిద్రలేని రాత్రి తరువాత, ఉదయం వెలుగులో విషయాలు చాలా భిన్నంగా కనిపించే అనుభవం మనందరికీ కలిగిందే కదా? మీ సమస్యలు అంత భయంకరంగా అనిపించవు, ఎందుకు అంత బాధపడ్డానా అని మీరే ఆశ్చర్యపోతారు. అర్ధరాత్రి నిర్ణయాలు కూడా పొరపాట్లకు గురయ్యే అవకాశం ఉంది. ఇంకా చెప్పాలంటే ఈ ఆందోళనలన్నింటినీ గురించి మనస్సులో పదే పదే అనుకోవడం, మీ మెదడును ఉత్తేజపరచడంతో నిద్రపోవడం అసాధ్యం అవుతుంది. అందువల్ల మీ సాయంత్రాలను ప్రశాంతంగా ఉంచడానికి ఒక ఉపాయం ఏమిటంటే, సాధ్యమైనంత వరకు, ఆ సమయంలో నిర్ణయాలు తీసుకోకపోవడమే.

ఈ సలహా ఒక ప్రముఖ ఆర్థికవేత్త అనుభవంపై ఆధారపడి ఉంది. రాత్రిపూట అతను టీవీ, ఇంటర్నెట్ నుండి సమాచారాన్ని సేకరించేవాడు, కాని ఒకానొక సమయంలో అతను ఈ పని ఆపాలని నిర్ణయించుకున్నాడు. అతను సాయంత్రం అన్ని వార్తలకు దూరంగా ఉన్నాడు. దాంతో ఉదయం వేళల్లో అంతకు ముందు ఎన్నడూ లేని విధంగా ప్రశాంతంగా నిర్ణయాలు తీసుకోవడంలో మరింత స్పష్టంగా ఉండేవాడు. సమాచారాన్ని సేకరించినప్పుడు, దానిని క్రమపద్ధతిలో పెట్టకుండా ఉండలేరు. అంటే దానిని గురించి ఆలోచిస్తారు. అందువల్ల దాన్ని పక్కన పడేయండి.

సాయంత్రాలను ప్రశాంతంగా ఉంచడానికి ఇది చాలా ముఖ్యమైన మార్గాలలో ఒకటిగా కనిపిస్తుంది.

ప్రశాంతతను ప్రోత్సహించడానికి మరొక ప్రభావవంతమైన మార్గం ఏమిటంటే, మీకు మంచి అనుభూతిని కలిగించే, విశ్రాంతి తీసుకోవడానికి సహాయపడే వాటికి సమయం కేటాయించడం. వాస్తవానికి ఇది వ్యక్తికి వ్యక్తికి భిన్నంగా ఉంటుంది. కొంతమంది ఒక నవల చదవడానికి లేదా ఓదార్పు కవితా సంకలనం పేజీలను తిరగేయడానికి ఇష్టపడవచ్చు. మీకు సంగీతం వినడం ఇష్టమైతే, అలా చేయడానికి రాత్రిపూట మీ సమయాన్ని కేటాయించండి. మీరు కళలు లేదా మరొక అభిరుచిని చేపట్టాలనుకుంటే, సాయంత్రం దాని కోసం మీ సమయాన్ని కేటాయించండి. మీరు ధూపం లేదా మీకు ఇష్టమైన కొవ్వొత్తిని వెలిగించి సుదీర్ఘ స్నానం చేయాలనుకోవచ్చు. మీరు ఆనందం కోసం సమయం కేటాయించినప్పుడు, మీరు సహజంగా ప్రశాంతంగా, మరింత తేలికగా అనుభూతి చెందుతారు. పడుకునే ముందు, దీనిని సాయంత్రం ఆచారంగా చేయడం రాత్రిపూట జాజెన్ కంటే తక్కువ కాదు. మీరు మీ నిద్ర నాణ్యతను మెరుగుపరుస్తారు. నూతనోత్సాహం పొందుతారు. రోజును ఎదుర్కోవటానికి సిద్ధంగా ఉంటారు.

మూడవ భాగము

పోటీకి దూరంగా ఉండండి
అన్నీ సక్రమంగా జరుగుతాయి

"ప్రజలు ప్రజలే, నేను నేనే"

18

గెలుపు లేదా ఓటమిపై స్థిరపడకండి

గెలిచినా, ఓడినా పర్వాలేదు

"నాకంటే ఎక్కువ పదోన్నతి పొందిన వ్యక్తిని, నేను అనుమతించలేను!"

"ఆ నెలకి డిపార్టుమెంటు ర్యాంకింగ్స్‌ని పోస్ట్ చేశారు-ఏం చెయ్యాలి?"

ఆధునిక పనిప్రాంతంలో పనితీరు ఆధారిత వ్యవస్థలు ఆధిపత్యాన్ని కలిగి ఉన్నందున, వ్యాపారంలో ఉన్న ఎవరైనా వారి విజయాల గురించి నిశితంగా తెలుసుకోగలుగుతారు. ఇది మీ ఫలితాలను ఇతరులతో పోల్చడానికి దారితీస్తుంది.

మీరు పోటీలో ఉన్నట్లే లెక్క.

వాస్తవానికి, పోటీ ప్రేరణ కలిగిస్తుంది.

కానీ దానితో పాటే ఇది ప్రతి ఒక్కరినీ కేవలం విజేతలు లేదా ఓడిపోయిన వారి స్థాయికి పరిమితం చేస్తుంది. మీతో పాటు కంపెనీలో ప్రారంభం నుంచి ఉన్న వ్యక్తిని మించిపోతే, మీరు ప్రపంచంలో అగ్రస్థానంలో ఉంటారు, కానీ

మీ పనితీరు అద్భుతంగా లేకపోతే, మీరు చిక్కుల్లో పడతారు. అంతేకాదు ఎల్లప్పుడూ ఈ భావోద్వేగ వైరుధ్యాల దయాదాక్షిణ్యాలలో ఉంటారు. అది నిస్సందేహంగా పోటీ సంబంధించి ఒక అంశం.

గెలుపు ఓటములపై ఎక్కువగా దృష్టి పెట్టడమే,పని ఒత్తిడికి కారణమని నాకనిపిస్తోంది. ఇంకా ఏమిటంటే, మీరు ఎప్పుడైనా గెలుపోటముల గురించి ఆలోచిస్తే, అది ఎలాగైనా గెలిచి తీరాలనే మనస్తత్వాన్ని ప్రేరేపిస్తుంది. ఇది మీ సహోద్యోగులతో పంచుకోవాల్సిన సమాచారాన్ని మీ వద్దే ఉంచుకోవడానికి, వారు తప్పులు చేయాలని రహస్యంగా ఆశించడానికి దారితీస్తుంది.

ఇది విచారకరం. కానీ వ్యాపార ప్రపంచంలో ఇతరులను పైకి తీసుకెళ్లడం లేదా వారిని వెన్నుపోటు పొడవడం అసాధారణ విషయం కాదు.

అప్పుడే మనకు సమస్యలు మొదలవుతాయి.

మీ విజయాన్ని వేడుకగా జరుపు కోవడానికి మీకు ఎలాంటి సంకోచం కలగడం లేదా? మీరు గెలిచిన తీరు పట్ల మీకు అపరాధ భావన కలగలేదా?

ఏం చేయాలో అది చేసి గెలిచినా ఆ గెలుపు చెడు భావాలను మిగులుస్తుంది.

ఇది మానవ స్వభావం.

గెలుపోటములపై పట్టుదలను వదులుకోవాల్సిన సమయం ఆసన్నమైంది కదా?

"గాలులు ఎన్నిసార్లు ఎంత బలంగా వీచినా స్థిరంగా ఉండాలని" అని జెంగో చెప్తోంది.

మన జీవితంలో వివిధ గాలుల వల్ల మనం ప్రభావితమవుతాము. కొన్నిసార్లు అనుకూలమైన గాలులు వీస్తాయి, మరికొన్నిసార్లు ప్రతికూల గాలులు మనపై విరుచుకు పడతాయి. కానీ ఎటువంటి గాలి వీచినా మనం చలించకుండా ఉంటే, వాటన్నింటినీ మనం అభినందించవచ్చు.

మన పనితీరు మన సహోద్యోగుల పనితీరును మించినప్పుడు, అది అనుకూలమైన గాలిలా అనిపిస్తుంది. కానీ మనం సహోద్యోగుల కంటే వెనుక పడిపోయినప్పుడు, అది ప్రతికూల గాలిగా మనకి అనిపిస్తుంది. అయితే, ఇది "గెలవడం", "ఓడిపోవడం" కాదు.

ఇవన్నీ కూడా అడపాదడపా వీచే గాలులు మాత్రమే. వాటిని ప్రకృతిలో భాగంగానే చూడాలి.

అంటే పరిస్థితులను చిత్తశుద్ధితో ఎదుర్కోవడమే.

విషయాలను మరొకరి కోణం నుంచి చూడకుండా, "ఈ ప్రాజెక్టుకి నేను నా శాయశక్తులా పని చేశానా లేదా?" అని ఆత్మ పరిశీలన చేసుకోవాలి.

"ఆ దశలో పనులు వదిలేయాలని నిర్ణయించుకున్నప్పుడు మీరు చేయగలిగింది ఇంకా చాలా ఉందని అనుకోలేదా?"

వాస్తవానికి, మీరు మీ సర్వశక్తులు ఓడ్చి దానిపై దృష్టి కేంద్రీకరించానని, నిజాయితీగా చెప్పగలిగే సందర్భాలు ఉండవచ్చు. మీరు ఎంతగానో ప్రయత్నించానని చిత్తశుద్ధితో చెప్పగలిగితే చాలు.

ఆ సమయాల్లో మీరు చేసిన పని పట్ల సంతృప్తిని పొందుతారు. కనీసం ఆ తృప్తి భావం చాలా ముఖ్యం అని నేను అనుకుంటున్నాను.

ఎందుకంటే మీరు సంతృప్తి చెందినంత కాలం, ఫలితం ఏదైనా సరే, మీరు ప్రశాంతంగా అంగీకరించగలుగుతారు.

ఏ గాలులు వీచినా మీరు సంతృప్తి స్థితిని కొనసాగించగలుగుతారు.

మీ దృక్పథాన్ని బాహ్యం నుండి లోపలి వైపుకు మార్చండి. గెలుపు ఓటముల ఆనవాళ్లు త్వరలోనే మాయమవుతాయి.

19

నిదానంగా, స్థిరంగా ఉండండి

ఇతరుల ప్రతిభను చూసి అసూయపడే ముందు ఇలా చేయండి

"నేను ఇక్కడ ఉన్నాను, ఈ ఒక్క ప్రాజెక్టును పూర్తి చేయడానికి చాలా కష్టపడి ప్రయత్నిస్తున్నాను, ఆమె మాత్రం ఏమీ లేనట్లుగా ఒకదాని తర్వాత ఒకటి కొత్త ఆలోచనను అమలు చేస్తున్నది."

"నాకు కేటాయించిన కోటాను పూర్తి చేసుకోవడానికి నిరంతరం కష్టపడాల్సి వస్తోంది. ఆమె అంత సులభంగా ఎలా చేయగలుగుతోంది?"

ఇది మనలో చాలా మందికి అనుభవించినదే అని అనుకుంటున్నాను. ఒకానొక దశలో మనమంతా మరొకరి ప్రతిభకు ముగ్ధులమైపోతాం.

కానీ అసూయ వల్ల ఒరిగేదేమీ ఉండదు. అసూయపడటం కంటే, మీరు ఖచ్చితంగా చేయవలసినది ఇక్కడ ఉంది.

పట్టుదలతో పనిచేయడం నేర్చుకోండి. మీ పనిని మీ సామర్థ్యం మేరకు స్థిరంగా చేయండి. ఈ అలవాటును అలవర్చుకోవడం వల్ల మీ ప్రతిభను అధిగమించడానికి వీలవుతుంది అని నేను భావిస్తున్నాను.

బౌద్ధ అభ్యాసం యొక్క సారాంశం ఏమిటంటే పనులు పదేపదే చేయడం. 'సేయిచ్' అని పిలువబడే శిక్షణా సమయాల్లో, సన్యాసులు రాత్రింబవళ్లు కఠినమైన సాధన చేస్తారు. 'సేయిచ్' వంద రోజులు ఉంటుంది. సన్యాసులు ప్రతిరోజూ కూర్చోవడం, మంత్ర జపం చేయడం, పనులు చేయడం వీటిని పునరావృతం చేస్తారు. ఇవన్నీ అలవాట్లుగా మారతాయి. శరీరం నేర్చుకుంటుంది. గుర్తుంచుకుంటుంది అనేది దీని ఉద్దేశ్యం.

ఒక సన్యాసికి బౌద్ధ గ్రంథాలపై అవగాహన ఉన్నప్పటికీ, అవసరమైన కృషిని నిర్లక్ష్యం చేస్తే, అతను తన శిక్షణలో విఫలమవుతాడు. అతను జ్ఞానోదయం వైపుగా వెళ్లే మార్గంలో ఉండడు.

ఎంతో కృషి చేయడం ద్వారా రికార్డు సృష్టించిన మేజర్ లీగ్ బేస్ బాల్ స్టార్ ఇచిరో సుజుకి ఈ విధంగా అన్నాడు:

"ఎంతటి వారైనా ప్రయత్నం లేకుండా విజయం సాధించగలరని నేను అంగీకరించను. వారి ప్రయత్నాల వల్ల మాత్రమే ఒక ప్రతిభావంతుడు విజయం సాధిస్తాడని నేను నమ్ముతాను."

బేస్ బాల్ కొట్టడానికి నా సామర్థ్యానికి కృషి అవసరం లేదని ఎవరైనా అనుకుంటే పొరపాటే. ప్రతిభ పుష్కలంగా ఉండి, వృత్తిపరంగా క్రీడాకారుడైన ఇచిరో కూడా కృషి చేయకుండా ప్రతిభావంతుడు కాలేరని చెప్పారు.

మీరు ఇచిరో వలె లేదా అంతకంటే ఎక్కువ ప్రతిభావంతులు కావచ్చు. కానీ మిమ్మల్ని మీరు తీర్చిదిద్దుకోకపోతే, మీ ప్రతిభ ఎప్పటికీ వృద్ధి చెందదు. సామర్థ్యం కంటే శ్రమే ముఖ్యం.

టాంగ్ రాజవంశం కాలంలో క్రియాశీలకంగా ఉన్న జెన్ మాస్టర్ క్యోజెన్ చికాన్ గురించి బౌద్ధమతంలో ఇలాంటి ఒక కథ ఉంది. అతను

వివేకవంతుడు, బుద్ధిమంతుడుగా కీర్తింపబడ్డాడు, అతను అర్చకత్వంలో ప్రవేశించక ముందే, తన గురువు అడిగిన ప్రశ్నకు సమాధానం ఇవ్వలేకపోవడం వల్ల తీవ్రంగా కలత చెందాడు.

నిరాశతో, జ్ఞానం పట్ల తనకున్న వ్యామోహాన్ని గుర్తించి, జెన్‌కి సంబంధించి తన వద్ద ఉన్నపుస్తకాలన్నీ తగులబెట్టాడు. అయితే ఆ తర్వాత వందేళ్ల వరకు బతికిన జెన్ గురువు నన్యో ఏచు సమాధిని సంరక్షించడానికి తనను తాను అంకితం చేసుకున్నాడు.

అతను ప్రతిరోజూ గురువుగారి సమాధిని శుభ్రపరచేవాడు. ఒక రోజు, అతను ఊడుస్తుండగా, చీపురుకట్ట తగిలి ఒక టైల్స్ ముక్క పైకి ఎగిరింది, ఆ ముక్క ఒక వెదురు చెట్టును తాకి క్లింకింగ్ అంటూ శబ్దం చేసింది. ఈ క్లింక్ శబ్ధం విన్న క్యోజెన్ జెంజీకి జ్ఞానోదయం అయింది.

అక్కడ మీకు అదే పనిని నెమ్మదిగా, నిలకడగా పట్టుదలతో చేసిన కృషి ప్రాముఖ్యత కనిపిస్తుంది.

ప్రతిభ సహజంగానే ఉండొచ్చు. కానీ వేరొకరి బహుమతులు మీకు రావాలని లేదా మరొకరు వారి సామర్థ్యాన్ని మీతో పంచుకోవాలని కోరుకోవడం మంచిది కాదు. బదులుగా, మనం ఎంత మేరకు శ్రమించాలనేది ఎవరికి వారే నిర్ణయించుకోవాల్సి ఉంటుంది.

అమ్మకాలు పెంచే వ్యక్తిని పట్టించుకోవద్దు. మీరు ఉదయం పనిని ప్రారంభించినప్పుడు, ప్రతిరోజూ నెమ్మదిగా, నిలకడగా చేయండి. క్లయింట్ ఇమెయిల్స్‌ని తనిఖీ చేసుకోవడానికి లేదా కొన్ని ఆలోచనలు లేదా సమాచారాన్ని పంచుకోవడానికి ఉపయోగించుకోండి.

ఇలా వంద రోజులు చేస్తే క్లింక్ వింటూ మీ కోటాను సులువుగా అధిగమిస్తారు.

20

కృతజ్ఞతను అనుభవించండి

అన్నీ మీరే సాధించగలిగినది పెద్ద విషయం కాదు

ఒకాగెసామా అనేది జపనీస్ ప్రజలు పంచుకున్న వారసత్వం. అక్షరాలా, "ఒకగెసామా దే" అనే పదబంధం అర్థం "దేవతల నీడ". కానీ ఇది చాలా తరచుగా కృతజ్ఞతను వ్యక్తం చేయడానికి ఉపయోగించబడుతుంది.

జపనీస్ ప్రజలు సాంప్రదాయకంగా పరిగణన, కృతజ్ఞతను గౌరవిస్తారు. దేశానికి వెన్నెముక అయిన వ్యవసాయానికి సహకారం చాలా అవసరం. జపాన్ చరిత్ర అంతటా, పొలాలు, వరిపంటలు సమిష్టి కృషి, నీరు పోయడం ద్వారా నిర్వహించబడ్డాయి. మీరు చేసుకునే స్థితిలో లేకుంటే, పొరుగువారు సహాయం చేస్తారు. పనులు ఎప్పుడూ సాధారణంగా ఇలానే జరిగేవి.

వీటన్నిటి వెనుక కృతజ్ఞత, ప్రశంస అనే భావన ఉంది. కానీ ఆ సున్నితత్వం క్రమేపీ నశించి, ఇప్పుడు సమాజం మరింత స్వార్థపూరితంగా మారుతున్నట్లు కనిపిస్తోంది. వ్యాపార ప్రపంచంలో ఇది గుర్తించదగిన విషయం. టీమ్ వర్క్ స్ఫూర్తితో ప్రతి ఒక్కరూ తామున్న స్థానం నుండే తమ

సామర్థ్యాన్ని ప్రదర్శించి పనులు చేసుకునే వారు. కానీ ఈ విధానం ఫలితాల ఆధారిత వ్యవస్థ, విస్తృత ప్రభావానికి పూర్తిగా ప్రభావిత మయినట్లు అనిపిస్తోంది.

"నా ఆటతీరును మెరుగుపరుచుకోవడమే నా ప్రథమ ప్రాధాన్యం".

"నేను నా సంఖ్యను పైకి తీసుకెళ్లగలిగితే."

ఈ రకమైన ఆలోచన వ్యక్తిగతం, స్వప్రయోజనాల వైపు ప్రేరణను వేగవంతం చేస్తుంది. ఫలితంగా పని సంస్కృతి ఏర్పడుతుంది, వ్యక్తిగత విజయాన్ని ఇచ్చినంత వరకు, ఇతరులను పైకి లాగడం లేదా ప్రత్యర్థులను వెన్నుపోటు పొడవడానికి ఇది అనుమతించబడుతుంది.

ఏదేమైనా, నేను ఇంతకు ముందు చెప్పినట్లుగా, ఒకగెసామా, లేదా కృతజ్ఞత అనేది జపనీస్ ప్రజలు పంచుకున్న వారసత్వం.

మార్చి 11, 2011న జపాన్‌ను తాకిన సునామీలో పట్టణాలు, గ్రామాలు నాశనమయ్యాయి, పదివేల మందికి పైగా ఆత్మీయులను కోల్పోయారు, జీవనోపాధి నాశనమైంది. అయినప్పటికీ తమను ఆదుకున్న వారికి చాలా మంది కృతజ్ఞతలు తెలిపారు.

ఈ లోకంలో ఇంకా మంచి ఉంది. సహజీవనం కోసం మీకూ, ఇతరులకూ ప్రయోజనం చేకూర్చేలా చర్యలు తీసుకోవడం అనే భావన జెన్ ఆలోచనకు అనుగుణంగా ఉంటుంది. ఒకగేసామా మొదట వారి పూర్వీకులను సూచిస్తుంది. మనతో లేని వారికే మన ఉనికి ద్వారా ఋణపడి ఉంటామని, వారి రక్షణలో ఉంటామని అంగీకరించింది. "ఒకగేసామా" అని ఉచ్చరించడం ద్వారా మన పూర్వీకులకు కృతజ్ఞతను వ్యక్తం చేస్తున్నాము.

మీకు స్వతంత్రంగా ఉన్నట్లు అనిపించవచ్చు, కానీ మనందరికీ తల్లిదండ్రులు ఉన్నారు. మన అమ్మానాన్నల్లో ఒక్కొక్కరికి ఇద్దరు తల్లిదండ్రులు ఉంటారు. పది తరాల వెనక్కి వెళితే 1,024 మంది పూర్వీకులు ఉంటారు. ఇరవై తరాలు వెనక్కి వెళితే పది లక్షలకు పైగా ఉంటారు. మీ పూర్వీకులలో ఒకరిని మాత్రమే తీసుకుంటే, ఈ రోజు మీరు ఇక్కడ ఉండరు. వారు మనుగడ సాగించారు కాబట్టే మీరు ఈ రోజు సజీవంగా ఉన్నారు. ఈ విధంగా ఆలోచించినప్పుడు, ఇక్కడ ఉన్నందుకు మిమ్మల్ని మీరు అభినందించుకోవడం కాదు, మీ పూర్వీకులకు కృతజ్ఞతలు చెప్పుకోకుండా ఉండలేరు.

పనిలో కూడా అదే వర్తిస్తుంది. మీరు ఎంత సమర్థులని భావించినప్పటికీ, స్వంతంగా సాధించగలగడానికి సహజమైన పరిమితి ఉంటుంది.

కేవలం స్వంత విజయం పైనే దృష్టి మొత్తం కేంద్రీకరిస్తున్నారు అంటే మీరు పెద్ద స్థాయిలో ఎప్పటికీ ఏమీ సాధించలేరు. చివరికి మీరు స్వంతంగా నిర్వహించలేని ఉద్యోగం బారిన పడతారు, అది మీ స్వార్థం లో మూర్ఖత్వాన్ని గ్రహించేలా చేస్తుంది. అదేగాని జరిగింది అంటే, గోడను ఢీకొట్టినట్లే అవుతుంది.

మీరు చేసే ఏ పనినైనా ఇతరులు ఆదరిస్తున్నారని కృతజ్ఞతతో ఉండటం నేర్చుకోండి. మీరు పూర్తిసేసిన ఒప్పందం కూడా మీ శ్రమకు మాత్రమే ఫలితం కాదు. చర్చలకు అవసరమైన సమాచారం, ఇతర సామగ్రి సిద్ధం చేయడంలో మీకు సహాయం చేసిన వ్యక్తులు లేరా? కంప్యూటర్ పరిజ్ఞానం ఉన్న ఎవరైనా వివరాలను ప్రదర్శించడంలో మీకు సహాయం చేసి ఉంటారా? లేదా మీరు సంప్రదింపులు జరుపుతున్న క్లయింట్ నుంచి

ఎవరైనా ఫోన్ కాల్స్ చేసి మెసేజ్ లు తీసుకున్నారా? మీ క్లయింట్ ఆఫీసుకు వచ్చినప్పుడు టీ ఇచ్చిన వ్యక్తి సంగతేంటి?

వీరందరి వల్లే ఒప్పందాన్ని పూర్తిసేసినందుకు ఇతరుల పట్ల కృతజ్ఞతను వ్యక్తపరచగలిగితే మీ ప్రయత్నాలలో సహాయపడటానికి మీ చుట్టూ ఉన్న వ్యక్తులు సంతోషంతో ముందుకు వస్తారు. ఆ విధమైన మద్దతు ఉన్నవారు ఇంకా పెద్ద లక్ష్యాలను సాధించగలుగుతారు.

21

సరైన పదాలను ఉపయోగించండి

పదాలకు అద్భుతమైన శక్తి ఉంటుంది

చెడు వార్తలు వేగంగా ప్రయాణిస్తాయి అనే సామెత అందరకీ తెలుసు. అదేవిధంగా పుకార్లు, చాడీలు కూడా త్వరగా వ్యాప్తి చెందుతాయి.

పుకార్లకు, వెనుక మాట్లాడే అబద్ధపు ప్రచారాలకు మూల్యం చెల్లించుకోవాల్సి వస్తుంది. మీరు ఇతరుల వెనుక ఎంతగా మాట్లాడతారో లేదా వ్యక్తుల గురించి చెడుగా మాట్లాడతారో, ఏదో ఒక సమయంలో మీకు అదే జరుగుతుంది.

అంతే కాదు, ఏ బాస్ మీద ఫిర్యాదు చేసారో, ఆ బాస్ కు మీరు అన్నవన్నీ చెవిన పడే అవకాశం ఉంది, దీని వల్ల మీ మధ్య సంబంధాలు దెబ్బతినడమే కాక మీ స్థానానికే ముప్పు వాటిల్లుతుంది.

జెన్ లో మనం "దయగల ప్రసంగం" గురించి మాట్లాడతాము. ఎదుటివారితో ఆప్యాయంగా మెలగాలని, వారితో ప్రేమగా మాట్లాడాలని బోధిస్తాం.

"దయగల మాట ప్రేమపూర్వక మనస్సు నుండి ఉద్భవిస్తుంది, ప్రేమపూర్వక మనస్సు బీజం కరుణ. దయగల మాటలకు ప్రపంచాన్ని మార్చే శక్తి ఉందని మనం నేర్చుకోవాలి."

ఇది డోగెన్ జెంజి మాస్టర్ వర్క్ షోబోజెంజో నుండి కోట్ చేసినది. ఇతరులతో దయతో మాట్లాడడం ద్వారా, మన దయగల మాటలకు ఆకాశాన్ని, భూమిని కదిలించే సామర్థ్యం ఉందని మీరు గ్రహించగలరని నేను ఆశిస్తున్నాను.

ఖచ్చితంగా చెప్పాలంటే, స్నేహపూర్వక జోకులు వేయడంలో తప్పు లేదు. వాస్తవానికి, ఇవి ఉద్రిక్తతను తగ్గించడానికి లేదా మానసిక స్థితిని తేలికపరచడానికి ఉపయోగపడతాయి. నిజానికి, ఎవరికీ ఎల్లప్పుడూ నూటికి నూరు శాతం మంచి లక్షణాలు ఉండవు. ప్రతి ఒక్కరికీ ఎంతో కొంత శాతం ద్వేషం ఉంటుంది. ఎవరూ నూటికి నూరు శాతం చెడ్డవారు కాదు. మీ దృక్పథాన్ని మార్చుకోండి. ఇతరుల మంచి విషయాలను, వారిలోని ఉద్ధరించే లక్షణాలను వెతకండి.వారిని ప్రశంసించండి. చాలా మంది ప్రశంసించినప్పుడు, బాధపెట్టడానికి ఇష్టపడరు, వారు ప్రతిఫలంగా ప్రశంసను అందిస్తారు.

కానీ సులభమైన మార్గాన్ని ఎంచుకోవడం మీరు ఒకరిని పొగడగలరని భావించడం చాలా ముఖ్యం. ఇది మొదటి నియమం.

మీరు నిజంగా అర్థం చేసుకోకపోతే పొగడ్త అర్థరహితం. ఎవరిలోనైనా మిమ్మల్ని నిజంగా ఆకట్టుకునేది ఏమిటో మీరు గుర్తించాలి. కానీ చాలా సార్లు మనం ప్రశంసించే విషయంలో అంత మంచిగా ఉండం. గోథే అన్నట్లు" ఇలాంటి దుష్ప్రచారాలకు ఎందుకు అంతం లేదు? ఇతరులు సాధించిన చిన్న విజయాన్ని అంగీకరిస్తే, అది తమ గౌరవాన్ని తగ్గిస్తుందని ప్రజలు భావిస్తున్నట్లు తెలుస్తోంది.

వేరొకరిని పొగడటం మీ గౌరవాన్ని తగ్గిస్తుందని భావించడం సిగ్గుచేటు, కానీ ఈ విధంగా భావించే వారు చాలా మంది ఉన్నారు అనడంలో సందేహం లేదు. నిజమైన పొగడ్తలు ఇచ్చిపుచ్చుకునే, ఇద్దరు వ్యక్తులు ఒకరి బలాలను మరొకరు గుర్తించుకునే సంబంధం ఆధ్యాత్మికంగా సుసంపన్నంగా ఉంటుంది.

ఈ పిచ్చి మాటలు, అహంకారపూరితమైన విషయాలను పక్కన పెడదాం.

చైనీస్ చరిత్రకారుడు సిమా కియాన్ చెప్పినట్లుగా, “ఒక తెలివైన వ్యక్తి స్నేహం ముగిసిన తర్వాత వ్యక్తిగత దూషణలు చేయదు.” ఇది ఎంత ప్రశంసనీయం. నా లక్ష్యం కూడా అదే.

22

యువత బాధ్యత వహించనివ్వండి

మీ వంతు తప్పకుండా వస్తుంది

వ్యాపారంలో చాలా మంది ముందు వరుసలో ఉండటం ముఖ్యమని చెబుతారు. వాస్తవానికి, ఉద్యోగాన్ని బట్టి, అది ఎక్కడ ఉంటే అక్కడ పని స్వభావం మారుతుంది, ఏ సందర్భంలోనైనా, మీ ఉనికిని బలంగా భావించేలా చేయడమే ప్రధాన ఆలోచన.

సాంకేతిక ఆవిష్కరణల వేగం గురించి మనకు తెలుసు. వ్యాపార సాధనాలు అభివృద్ధి చెందుతూనే ఉంటాయి. ఎల్లప్పుడూ కొత్త సాధనాలు దర్శనమిస్తూనే ఉంటాయి.

మీరు చేసే పనిని బట్టి, ముందు వరుసలో ఉండటానికి సాంకేతిక పరిజ్ఞానం లో ప్రావీణ్యం కలిగి ఉండటం చాలా అవసరం.

డిజిటల్ పరిజ్ఞానం లేని వ్యక్తులకు ఇది కష్టమని రుజువు చేస్తుంది.

వాస్తవానికి, వ్యక్తిగత కంప్యూటర్లను మొదటిసారి ప్రవేశపెట్టినప్పుడు, వాటిని ఉపయోగించడంలో నైపుణ్యం పొందడానికి కొంతమంది మధ్య

వయస్కులు, వయస్సు పైబడిన ఉద్యోగులు ఎంతో ఒత్తిడికి గురై తద్వారా నాడీ రుగ్మతల బారిన పడ్డారు. ఈ పరిస్థితి టెక్నో-యాంగ్జైటీగా ప్రసిద్ధి చెందింది.

మీ ప్రావీణ్యాన్ని ప్రదర్శించడానికి బలమైన ఉనికిని కొనసాగించడానికి మార్గం కాదు. మీ కింద కొన్ని నైపుణ్యాలు ఉన్న స్టార్ ప్లేయర్లు (ప్రతిభావంతులు) ఉంటే, వారికి తగిన పనులను అప్పగించడానికి మీ ప్రావీణ్యం దోహద పడుతుంది. నైపుణ్యాలకు సంబంధించిన పనులు చేయాల్సివచ్చినప్పుడు, మీకు ఆ నైపుణ్యాలు లేని పక్షంలో, అటువంటి నైపుణ్యాలు కలిగి ఉన్నవారిని జట్టులో చేర్చవచ్చు.

వ్యక్తులను బాధ్యతలు తీసుకోవడానికి అనుమతించడం ద్వారా, మీరు ఇతరులకు శిక్షణ ఇవ్వవచ్చు. ప్రయోజన ఆధారిత బృందాలను తయారుచేయవచ్చు. మీ పని చేయడానికి, వ్యాపార ప్రపంచంలో బలమైన ఉనికిని నిర్ధారించడానికి ఇది ఒక మార్గంగా నాకు అనిపిస్తుంది.

ముందు వరుసల నుండి వెనక్కు తగ్గడానికి ధైర్యం చేయడం ద్వారా, మీరు మీ అనుభవాన్ని గ్రహించగలుగుతారు. జట్టు పురోగతిని పర్యవేక్షిస్తూ సలహాలను అందించగలుగుతారు. అవసరమైనప్పుడు జట్టు దారి మళ్లించవచ్చు.ఇవన్నీ మీ ఉనికిని ప్రదర్శించడానికి ఒక అద్భుతమైన అవకాశంగా కనిపిస్తాయి.

జెన్ లో మనకు కంకోసుయి అనే పదం ఉంది, దీని అర్థం "పాత అవల్".

ఇది అరిగిపోయిన, నిరుపయోగంగా ఉండే పాత పరికరాన్ని సూచిస్తుంది. పదునైన మొనతో కూడిన సరికొత్త పరికరం త్వరగా, సులభంగా రంధ్రం ఏర్పరచగలుగుతుంది. ఇది గాయాన్ని కూడా కలిగిస్తుంది.

మీరు రంధ్రాలను చేయడం గురించి మాత్రమే ఆలోచిస్తుంటే అరిగిపోయిన మొన కలిగిన పాత పరికరం పనికిరాదు.. అయితే, ఇది ఖచ్చితంగా, ఎవరినీ బాధించదు, ఇది దాని స్వంత ప్రత్యేక ఆకర్షణను కలిగి ఉంటుంది.

ప్రజలు వయస్సు పెరిగే కొద్దీ, మునుపటిలా వారు పదునైనవారుగా ఉండరు. కొత్త నైపుణ్యాలు తొందరగా నేర్చుకునే స్థితిలో ఉండకపోవచ్చు. కానీ వారికి చాలా సంవత్సరాల, వైవిధ్యమైన అనుభవం ఉంటుంది.

తక్కువ అనుభవం ఉన్న వ్యక్తులు క్లిష్టమైన చర్చలను ఎంత మేరకు సులభంగా నిర్వహించగలరు? క్లిష్టమైన పరిస్థితులనుండి బయటపడగల నేర్పు వారిలో ఉందా?వారు ప్రారంభించని వారిని అధిగమించడానికి ప్రయత్నిస్తారు.

అప్పుడే పాత అవల్ (అనుభవంగల పాతవారు) పనికి వస్తుంది.

"అది ఎలాగో నా అనుభవంలో చెబుతాను..."

పాత పరికరం (అనుభవంగల పాతవారు) పరిపక్వతతో కూడిన శుద్ధి చేసిన నైపుణ్యాలను ఆదర్శంగా తీసుకోవచ్చు.

23

మీ పరిస్థితులు ఏమైనప్పటికీ అంగీకరించండి

అవి అనుకూలమా,
ప్రతికూలమా అనే దానితో సంబంధం లేకుండా

"ఏమిటి? ప్రాంతీయ విక్రయ కార్యాలయానికి బదిలీయా? నాకెందుకు?"

"ఇలాంటివన్నీ నాకే ఎందుకు జరుగుతాయి?"

ఊహించని పరిస్థితి ఎదురైతే ఎవరైనా ఇలా స్పందించే అవకాశం ఉంది.

ఇది ప్రాంతీయ బదిలీ వంటి పెద్ద మార్పు కానప్పటికీ, అమ్మకాలలో ఉండాలనుకునే వ్యక్తి కావచ్చు, లేదా సాధారణ వ్యవహారాలలో చిక్కుకున్నవారు కావచ్చు, లేదా వ్యూహాత్మక ప్రణాళికతో సవాలుగా తీసుకుని చేయాలనుకునేవారు కావచ్చు చివరకు అకౌంటింగ్ లోనే చివరివరకు ఉండిపోతారు. ఇలాంటి ఉదాహరణలు ఆగ్రహాన్ని, విచారాన్ని పెంచుతాయి.

మన జీవిత పరిస్థితులు నిరంతరం మారుతూ ఉంటాయి. క్లిష్టమైన ఆర్థిక పరిస్థితుల్లో, ముఖ్యంగా మన పని వ్యవహారాలు పెద్ద మార్పులకు లోనయ్యే అవకాశం ఉంది. అయితే అది ఆశించాల్సిన విషయమే.

వాస్తవానికి బౌద్ధమతం నుంచి వచ్చిన "అన్నిటినీ అధిగమించాల్సిందే" అనే పదబంధం అందరికీ సుపరిచితమే.

అంటే ఇలా చెప్పడంలో ఉద్దేశ్యం, ఈ ప్రపంచంలో ప్రతి వస్తువు ఎప్పుడూ మారుతూనే ఉంటుంది, ఏదీ ఒక్క క్షణం కూడా ఒకేలా ఉండదు. మనం నిరంతర పరివర్తన స్థితిలో ఉన్నాం.

ఇలా చెప్పుకుంటూ పోతే, మనం మంచి మార్పులను వెంటనే స్వీకరిస్తాం. చెడును అంగీకరించడానికి కష్టపడతాము.

మనం ఎంత నిరుత్సాహపడినా, ఎంత బాధపడినా పరిస్థితులు మారవు. దీనికి విరుద్ధంగా, ఇది ఒకరి ప్రతికూల భావాలను పెంచడానికి మాత్రమే పనిచేస్తుంది, కోపం, విచారంతో కుంగి పోయే పరిస్థితిని సృష్టిస్తుంది. మానసికంగా జీవచ్ఛవంలా తయారయే దిశగా నడిపిస్తుంది.

ఇది ఆలోచించదగిన మార్గం కాదు.

ఎలాంటి పరిస్థితి తలెత్తినా దాన్ని సద్వినియోగం చేసుకోగలరు.దాని నుంచి మీరు పొందే అనుభవం భవిష్యత్తుకు, పురోభివృద్ధికి ఒక ప్రేరణగా మారుతుంది.అది మిమ్మల్ని పోషించేదిగా మారుతుంది.

పానాసోనిక్ వ్యవస్థాపకుడు కొనోసుకే మత్సుషితా మాట్లాడుతూ "మీ పరిస్థితులు అనుకూలంగా ఉన్నా, ప్రతికూలంగా ఉన్నా, వాటిని దయతో అధిగమించడం చాలా ముఖ్యం" అని అన్నారు.

నిజంగా తెలివైన మాట.

మీరు దయతో జీవించినప్పుడు, మంచి లేదా చెడు పరిస్థితులు ఉండవు. ఎక్కడ ఎలాంటి పరిస్థితి ఎదురైనా దానిని ఆలింగనం చేసుకోవడం తప్ప చేసేదేమీ లేదు.

మీరు ప్రాంతీయ అమ్మకాలలోనే ఉండాల్సివస్తే సంబంధాల నెట్వర్క్ ను నిర్మించడానికి ఇది ఒక అవకాశంగా భావించండి. మీరు సంబంధాలు నెలకొల్పడంపై చిత్తశుద్ధితో దృష్టి పెట్టవచ్చు. ప్రతి క్లయింట్ పట్ల మనస్సాక్షితో శ్రద్ధ పెట్టవచ్చు. ఇది మీ దృక్పథాన్ని త్వరగా మెరుగుపరుస్తుంది.

పరిశ్రమతో సంబంధం లేకుండా, విస్తృత శ్రేణి వ్యక్తులతో నమ్మకంపై ఆధారపడిన సంబంధాలను కలిగి ఉండటం ఒక శక్తివంతమైన సాధనం, విలువైన ఆస్తి.

అదేవిధంగా, ఎక్వంటింగ్ లో కష్టపడి పనిచేయడం, బుక్ కీపింగ్ గురించి జ్ఞానాన్ని సేకరించడం వల్ల, ఇవి భవిష్యత్తులో మీకు బాగా ఉపయోగపడుతాయి కదా? ఎక్వటింగ్ లో పూర్తి పరిజ్ఞానం, వ్యయ అవగాహన ద్వారా మద్దతు ఇచ్చే వ్యాపార ప్రణాళికలు దీర్ఘకాలంలో సాధ్యమయ్యే అవకాశం ఉంది.

"ప్రతిరోజూ మంచి రోజు" అని జెన్ లో చెబుతాము.

అలాగని జీవితం అంతా మంచి రోజులే ఉంటాయని చెప్పలేం. ఎండ ఉండే రోజులుంటాయి, అలాగే వర్షాలు పడే రోజులు ఉంటాయి. కొన్నిసార్లు సున్నితమైన సూర్యరశ్మిలో స్నానం చేయగలుగుతారు, మరికొన్ని సమయాల్లో చల్లని గాలిని తట్టుకోవలసి ఉంటుంది. ఏదేమైనా, మీరు ఆ రోజు జీవించిన అమూల్యమైన అనుభవాన్ని పొందుతారు. అది మీ ఉనికికి విలువైనది అవుతుంది. దీనికి జెన్ నిర్వచనం ఏమిటంటే, అన్ని రోజులు ముఖ్యమైనవే కాబట్టి ఎల్లప్పుడూ మంచినే చూడాలి.

మీ పరిస్థితులు మీ జీవన విధానంపై ఎలాంటి ప్రభావం చూపకూడదు.

పరిస్థితులను మీరు ఏవిధంగా గ్రహిస్తే,ఆవిధంగా మీరు జీవితాన్ని జీవించే విధానం ప్రభావితం అవుతుంది.

24

ఈ రోజు పనులను ఈ రోజే చేయండి

జీవితం నిరాటంకంగా కొనసాగించేలా చేయడానికి ఒక రహస్యం

"నేను బిజీగా ఉన్నాను."

"తగినంత సమయం లేదు."

"ఇది గడియారంతో పాటు చేసే పరుగు పందెం."

చాలా మంది వ్యాపారవేత్తలు ఇలా భావిస్తారు. అనేక సమాజాలలో, అధిక పని సాధారణం, రోజులో తగినంత సమయం లేదని తరచుగా భావిస్తుంటారు.

అనివార్యంగా, పని అసంపూర్తిగా జరుగుతుంది, మీరు దానిని నిర్లక్ష్యం చేయడం లేదా ఎలాంటి వైఖరి ప్రదర్శించకపోవడం చేస్తారు.

ఈ రోజు ఖచ్చితంగా చేయవలసినది ఏమీ లేదు, కాబట్టి మిగిలినది రేపు చేస్తాను, లేదా ఎప్పుడు చేయాలో ఎవరికి తెలుసు...

తద్వారా మీకు సమయం మరింత తగ్గిపోతుంది. ఈ రోజు మీరు చేయాల్సిన పనులను రేపటికి వాయిదా వేస్తే, రేపు సమయం మరింత కుదించబడి రోజు ప్రారంభమవుతుంది. ఇటువంటివి పదేపదే జరిగినప్పుడు, మీకు ఆలస్యం అవుతుంది లేదా సమయం సరిపోదు. చివరికి మీరు మానసిక స్థలాన్ని కూడా కోల్పోతారు, ఆపై మీకు అసహనం, చిరాకు ఎక్కువవుతాయి.

"సమయం, ఆటుపోట్లు ఎవరి కోసం వేచి ఉండవు" అనే సామెతను మీరు వినే ఉంటారు.

సమయం ప్రజల కార్యక్రమాల ప్రణాళికకు సరిపోదు. ఆటుపోట్లు మనల్ని వెంటాడుతాయి.

ఇది బౌద్ధమతంలోని అశాశ్వత భావనను పోలి ఉంటుంది.

ఈ లోకంలో ఏ ఒక్క క్షణం కూడా ఒకేలా ఉండదు. ప్రతిదీ ఎల్లప్పుడూ మారుతూ ఉంటుంది. ఇప్పటికే గడిచిపోయిన కాలం ఎప్పటికీ తిరిగి రాదు.

ఇది స్పష్టంగా అనిపించవచ్చు, కానీ దాని స్పష్టత మీ అవగాహనకు అతీతంగా ఉంటుంది. దానికి మీ మనస్సులో ప్రాధాన్యత కల్పించడం చాలా ముఖ్యం అని నేను అనుకుంటున్నాను.

గడియారానికి వ్యతిరేకంగా పరుగును నివారించడానికి లేదా సమయం సరిపోదని భావించనవసరం లేకుండా ఉండాలంటే ఈ రోజు ఏమి చేయాలో అది చేసేయడమే. ఇంతకంటే ప్రభావవంతమైన ట్రిక్ లేదు.

హకుయిన్ ఎకాకు జెన్ బౌద్ధమతం రిన్జాయ్ పాఠశాల పునరుద్ధరణదారుగా ప్రసిద్ధి చెందాడు, హకుయిన్ జెంజి గురువు డోక్యో ఎటాన్ ను షోజు ఆశ్రమ వృద్ధుడు అని కూడా పిలుస్తారు. డోక్యో ఎటాన్ కఠినమైన

శిక్షణలో, హకుయిన్ జెంజీ జ్ఞానోదయాన్ని సాధించగలిగాడు. డోక్యో ఎటాన్ హితోక్తి "తీవ్రమైన విషయాలు ఈ రోజు మాత్రమే ముఖ్యమైనవి."

అంటే అతిముఖ్యమైన విషయాలు ఈ రోజు మాత్రమే ఇక్కడ ఉన్నాయి, ప్రతి క్షణం స్వచ్ఛమైన మనస్సుతో నివసించండి అని ఆయన ఉద్దేశ్యం.

ప్రతి క్షణం నిర్మలమైన మనస్సుతో జీవించడం అంటే చేయవలసిన పనులను మాత్రమే చేయడమని నేను నమ్ముతున్నాను.

ఈ రోజు మనం చేయాల్సిన పనులు ఎంత కష్టంగా ఉన్నా వాటిని చేయడమే మంచిది. ఎందుకంటే ఆ తర్వాత చేయడానికి సమయం ఉండదు. అంతేకాదు ఆ పనులపై మీకు పట్టు వస్తుంది. ఈ రోజు చేయాల్సిన పనులను రేపటికి వాయిదా వేస్తే కష్టమైన విషయాలు మరింత క్లిష్టంగా మారతాయి అనే తర్కాన్ని మనం గుర్తుంచుకోవాలి అని డోక్యో ఎటాన్ బోధించారు.

ఆలస్యం చేయడం అంటే మీరు పని చేయకుండా తప్పించుకోగలరని కాదు. మీరు ఆ పని చేయాల్సే ఉంటుంది. దాంతో మీ సమయం మరింత పరిమితం అవుతుంది.

మీరు ఒక పని చేసేటప్పుడు దానికి ఎంత డిమాండ్ ఉంది లేదా ఎంత సులభమైనది అనే దానిని బట్టి నిర్ణయించవద్దు, పనులను ఒక క్రమపద్ధతిలో పూర్తి చేయండి. అది నాదైన శైలి.

నేను బౌద్ధ దేవాలయానికి ప్రధాన పూజారిని, కాబట్టి నన్ను ఎప్పుడు అంత్యక్రియలకు పిలుస్తారో నాకు తెలియదు. వాస్తవానికి, అంత్యక్రియలు అత్యున్నత పిలుపు. ఆ సమయంలో మరే ఇతర పనులు చేయలేము. పనులను సగం ముగించడం వల్ల అంతరాయం ఏర్పడుతుంది. ఒక వరుసలో సాగిపోతున్న పనులకు అంతరాయం ఏర్పడినప్పుడు వాటిని పూర్తి చేయడం కష్టం.

అందుకే, నేను ఒక దీర్ఘకాలిక ప్రాజెక్టులో పనిచేస్తున్నప్పుడు, "ఈ రోజు ఇంత వరకే చేయాలని" అని నాలో నేను చెప్పుకుంటాను, ఆపై నేను నా కోసం నిర్దేశించుకున్న లక్ష్యాన్ని పూర్తి చేస్తాను.

ప్రధాన పూజారిగానే కాకుండా, జెన్ గార్డెన్ డిజైనర్ ని, పుస్తకాలు రాస్తాను, విశ్వవిద్యాలయాల్లో బోధిస్తాను... కాబట్టి నేను చేయాల్సిన పనుల జాబితాలో అన్ని రకాల విషయాలు ఉన్నాయి. "ఇరవై నాలుగు గంటలు సరిపోవు" అని ప్రజలు తరచూ నాతో అంటుంటారు. కానీ నేనెప్పుడూ అలా భావించను– సమయం విషయంలో నేను ఒత్తిడికి గురికాను.

ఈ రోజు పనులు ఈరోజే చేయండి.

ఇప్పుడు మీ ముందున్న పనులను ఎందుకు పూర్తి చేయకూడదు?

25

ఊరికే తప్పించుకుని పారిపోకండి

వైఫల్యం అంటే మీ జీవితం ముగిసిందని కాదు

ఎవరూ వైఫల్యాన్ని కోరుకోరు. కానీ పనిలో వైఫల్యం చెందుతానేమో అనే భయం మీకు రిస్క్ పట్ల విముఖత కలిగిస్తుంది. "సురక్షితంగా" ఉండటానికి ప్రాధాన్యత ఇవ్వడం ద్వారా మీరు కొత్త సవాళ్లను స్వీకరించడానికి సంసిద్ధతను తగ్గించుకుంటారు. ఉత్సాహాన్ని, ఎదగడానికి అవకాశాలను కోల్పోవచ్చు.

దూకే ముందు చూడండి అని ఒక సామెత తెలిసిందే. అయితే మీరు చూస్తే, దూకలేరు, లేదా భయపడి దూకడానికి సాహసించరు. మిమ్మల్ని మీరే వెనక్కి లాగుకుంటారు. వైఫల్యం అనివార్యం. మీరు మీ వైఫల్యాన్ని కప్పిపుచ్చుకోవడానికి ప్రయత్నిస్తే, మీరు రహస్యంగా మారతారు, ఇది విఫలమవడం కంటే ఘోరమైనది. ఒక చిన్న వైఫల్యాన్ని కప్పిపుచ్చుకునే ప్రయత్నం దానిని పెద్దదిగా మారుస్తుంది.

పరిస్థితులు ఎలా ఉన్నప్పటికీ, తక్షణమే, బహిరంగంగా క్షమాపణ చెప్పడమే ఉత్తమమైన ప్రతిస్పందన. మీరు మీ వైఫల్యాన్ని

కప్పిపుచ్చుకోగలిగినా, అది వాస్తవాన్ని మార్చదు. అప్పుడు మీరు కొత్తగా ప్రారంభించడానికి ప్రయత్నించినప్పుడు, దిద్దుబాటు చర్యలు తీసుకోవడం తప్ప వేరే మార్గం లేదు.

పాల్గొన్న ప్రతి ఒక్కరూ తమకు పూర్తి అవగాహన వుందని భావించడానికి వైఫల్యాన్ని వెంటనే అంగీకరించడం అవసరం అని నేను అనుకుంటున్నాను. ఆ విధంగా వైఫల్యాన్ని దాచిపెట్టినా, అది వెలుగులోకి వచ్చినప్పుడు, తాము భాగస్వాములమని ఎవరూ భావించాల్సిన అవసరం లేదు.

వైఫల్యం అంటే మీ జీవితం ముగిసిందని కాదు. ధిక్కారం చేయనవసరం లేదు–మళ్లీ అదే జరగనివ్వకూడదని మీరు నిశ్చయించుకుంటే ఎలా?

జెన్ లో, "అన్నీ శూన్యం నుండి వస్తాయి" అని చెబుతాము. అంటే మనలో ప్రతి ఒక్కరూ పుట్టేటప్పుడు వెంట ఏమీ తీసుకురారనీ, అది మన అసలు స్థితి కాబట్టి వస్తువుల పట్ల మమకారం పెంచుకోవడం వల్ల ఉపయోగం లేదని పేర్కొన్నారు.

ఉద్యోగం పోగొట్టుకోవడం ఇష్టం లేక పోవడం ఒక అనుబంధం. ఉద్యోగాన్ని కోల్పోతే, మిమ్మల్ని మీరు పోషించుకోవడానికి కొత్త మార్గాన్ని కనుగొనవలసి ఉంటుంది, కానీ ఆ ప్రయత్నం పూర్తి అయ్యే వరకు దీని గురించి ఆందోళన చెందాల్సిన అవసరం లేదు. మీరు కంపెనీ ప్రతిష్ఠను దెబ్బతీయడం లేదా కంపెనీ డబ్బు చాలా ఎక్కువగా ఖర్చు చేయడం వంటి ఒకటి లేదా రెండు తప్పులు మీ తొలగింపుకు దారితీసే అవకాశం లేదు.

ఒకవేళ అలా జరిగినా, అది మిమ్మల్ని మీరు ప్రారంభించిన చోటికి, మీ అసలు శూన్య స్థితిలోకి చేరుస్తుంది. అక్కడ తిరిగి ప్రారంభించే శక్తితో ఆశీర్వదించబడుతారు.

కంపెనీతో లేదా ప్రస్తుత స్థితితో మీ అనుబంధాన్ని పక్కన పెడితే, వైఫల్యానికి భయపడాల్సిన అవసరం లేదనేది మీకు అర్థం అవుతుంది. పనిలో మరింత చురుకుగా ఉండగలుగుతారు–మిమ్మల్ని మీరు వ్యక్తీకరించడంలో సామర్థ్యాలను ప్రదర్శించడంలో కూడా మీరు మెరుగ్గా ఉండవచ్చు.

దివాళా తీసిన జపాన్ ఎయిర్ లైన్స్ సీఈఓగా బాధ్యతలు చేపట్టి పునర్నిర్మాణం ద్వారా నడిపించిన కజువో ఇనామోరి కూడా జెన్ పూజారి. ఆయన ఒకసారి ఇలా అన్నారు: “వైఫల్యం అనేదే లేదు. మీరు దానిని సవాలుగా తీసుకుంటే మీరు విఫలం కాలేరు. మీరు దానిని వదులుకున్నప్పుడు మాత్రమే విఫలమవుతారు.”

మన అసలు స్థితిని గుర్తుంచుకోవడం చాలా ముఖ్యం, “అన్నీ శూన్యం నుండి వస్తాయి.” ఓటమి భయం లేకుండా మిమ్మల్ని మీరు సవాలు చేసుకుంటూనే ఉంటారని ఆశిస్తున్నాను.

26

మరింత సహనంతో ఉండండి

మీరు మీరే, ఇతరులను తమకు తాముగా ఉండనివ్వండి

"ఎంతమంది మనుష్యులు ఉంటే, అన్ని మనసులు ఉంటాయి" అనే సామెత ఉంది. పది మంది ఉన్న ఒక గుంపులో, మీకు పది విభిన్న పాత్రలు, అభిప్రాయాలు ఉంటాయి.

ఇది కార్యాలయానికి కూడా వర్తిస్తుంది, అక్కడ మనతో పనిచేసే వ్యక్తులు, పై అధికారులు లేదా క్రిందివారు ఎవరైనా సరే అందరూ వేర్వేరు పాత్రలు, భిన్న అభిప్రాయాలను కలిగి ఉంటారు. జీవితంపై భిన్న దృక్పథాల గురించి చెప్పనవసరం లేదు.

అప్పుడప్పుడు మన జీవిత తత్వానికి భిన్నంగా ఉండే వ్యక్తులతో విసుగు చెందడం సహజం.

ఉదాహరణకు, మేనేజర్ తన కుటుంబానికి అధిక ప్రాధాన్యత ఇచ్చే వ్యక్తి అనుకుందాం. అందరూ కష్టపడి పని చేస్తున్నప్పుడు అతను కుటుంబానికే ప్రాధాన్యతనిస్తూ, సమయానికన్నాముందే కార్యాలయాన్ని

విడిచి వెళ్లి పోతాడని వారు ఫిర్యాదు చేయవచ్చు. వారు అతని ఈ ప్రవర్తనను సజావుగా చూడకపోవచ్చు.

మరొక మేనేజరు తన క్రింది ఉద్యోగులను పనికిమాలినవారిగా విమర్శించవచ్చు. భవిష్యత్తు కోసం పొదుపు చేయడం గురించి వారికి సలహా ఇస్తాడు.

లేదా స్వల్ప విరామం తీసుకునే కిందిస్థాయి నిష్కల్మషమైన ఉద్యోగులపై నోరు పారేసుకుంటూ, హేళన చేస్తూ వారిపై ఒక కన్ను వేస్తాడు.

మళ్ళీ చెబుతున్నాను. అనేకమంది మనుష్యులు, ఎన్నో రకాల మనస్సులు. అందులో అనేక రకాల అవసరాలు ఉంటాయి. ఎదుటివారి జీవిత తత్వం ఎలా ఉన్నప్పటికీ, ఇతరులు ఆలోచించే విధానాన్ని తప్పు పట్టడం సరైనది కాదు. వాస్తవానికి, ఇది పనిపై ప్రతికూల ప్రభావాన్ని కలిగి ఉంటే, ఈ విషయంలోవారిని పిలవాల్సిన అవసరం ఉండవచ్చు, లేని పక్షంలో నిస్సందేహంగా వివిధ దృక్పథాలను గుర్తించడం అనేది ప్రాథమిక సూత్రం.

ఈ సూత్రాన్నిఅర్థం చేసుకోలేకపోతే పనిలో పరస్పర కలహాలకు కారణమవుతుందని నాకు అనిపిస్తోంది.

మీ పై అధికారులు లేదా క్రిందివారి పట్ల మీ చిరాకుకు మూలమైన విషయానికి, మీ విలువలను వారిపై రుద్దడానికి ఏమైనా సంబంధం ఉందా? అని మిమ్మల్ని మీరు ప్రశ్నించుకోండి.

ఇతరులు విషయాలను చూసే విధానాన్ని అంగీకరించండి. ఇలా చేయడం వల్ల అసంతృప్తి తొలగిపోతుంది మీరు మరింత ఎక్కువగా శ్రద్ధ చూపనవసరం లేకుండా, తేలికపాటి హృదయంతో ఉండటానికి వీలు కల్పిస్తుంది.

ఇంకా చెప్పాలంటే, ఇది పరస్పరం బలాలు, బలహీనతలను గుర్తించడంలో మీకు దోహద పడుతుంది.

మీరు మీ కంపెనీ ప్రణాళికా విభాగంలో పనిచేస్తున్నారని అనుకుందాం. మీరు వ్యూహ ప్రతిపాదనలను రూపొందించి వాటిని మీ సహోద్యోగులకు సమర్పించాల్సి వచ్చినప్పుడు ఈ క్రింది పరిస్థితి తలెత్తవచ్చు.

"ఆ ప్రతిపాదనలను రూపొందించడానికి మీరు ఎంతో కష్టపడి పనిచేస్తే, మరో వ్యక్తి వచ్చి మీరు రూపొందించిన ప్రతిపాదనల ఆధారంగా తన ప్రజెంటేషన్ ఇస్తాడు. మొత్తం పేరు అతనికే దక్కుతుంది. అంటే ఇది కృతజ్ఞత లేని పని కూడా కావచ్చు."

దాని గురించి ఆలోచించండి. మీ ప్రాధాన్యత ప్రతిపాదనలను రూపొందిస్తోంది, కాబట్టి మీరు దానిపై మీ శక్తిని కేంద్రీకరించాలి. సున్నితంగా మాట్లాడే మీ సహోద్యోగికి ప్రజంటేషన్లను వదిలివేయాలి. మీ పనికి మరొకరు క్రెడిట్ తీసుకుంటున్నారని మీకు అనిపించినప్పుడు మీకు కోపం వస్తుంది. దానికి బదులు "ఆ ప్రతిపాదన నాకే వదిలేయండి. నేను మీకోసం మరో అద్భుతమైన పని చేస్తాను, మీ వంతుగా మీరు గొప్ప ప్రజంటేషన్తో ఒప్పందాన్ని ముగించగలరు." అని చెబితే ఎలా ఉంటుంది?

ఈ విధుల విభజన మీ బలహీనతలను దూరం చేస్తూ, మీ ప్రతి ఒక్క బలాన్ని మరింత శక్తివంతం చేస్తూ, మీ ప్రతి పనిని మరింత ఆస్వాదించడానికి వీలు కల్పిస్తుంది.

మీ కంపెనీ సేల్స్ విభాగంలో, కొంతమంది ఒప్పందాలకు వెళ్ళే వివరణాత్మక లెక్కలలో రాణిస్తారు, మరికొందరు క్లయింట్ సంబంధాలలో చాలా ప్రభావవంతంగా ఉంటారు.

ఒకరి బలాలు, బలహీనతలను మరొకరు గుర్తించడం వల్ల శ్రమ సామరస్యపూర్వక విభజనకు అనుమతిస్తుంది. ప్రతి ఒక్కరూ మరింత సమర్థవంతంగా, ఉత్పాదకంగా ఉండగలరు. ఇది అంతిమంగా మీకు ప్రయోజనం చేకూరుస్తుంది.

నేను చెప్పదలచుకున్న మరో విషయం ఏమిటంటే, పనులు సజావుగా సాగడానికి, ఎవరితో కలిసి పనిచేస్తున్నామో వారి పట్ల సహన దృక్పథాన్ని కొనసాగించాలనే కఠినమైన నియమం నాకు ఉంది.

ఎడో కాలంలో నివసించిన కన్ఫ్యూషియన్ పండితుడు, పురాతన చైనీస్ మూలికా వృక్షశాస్త్రజ్ఞుడు కైబర ఎక్కెన్ ఇలా అన్నాడు:

ఋషులు, సాధువులు అయినందున, ఇతరులతో కాకుండా స్వయంగా నీతిగా ఉండాలి. సామాన్యులు సామాన్యులుగా ఉండి ఇతరులను క్షమించాలి తప్ప తమను తాము క్షమించుకోకూడదు.

మీరు ఈ సూత్రాన్ని హృదయంలోకి తీసుకుంటే, పనిలో మీకు పైన, క్రింద ఉన్నవారితో మీ సంబంధాల గురించి ఆందోళన చెందాల్సిన అవసరం లేదు. మీరు సులభంగా, ఆత్మవిశ్వాసంతో ముందుకు సాగగలరు.

27

ప్రవాహంతో వెళ్లండి

ఏకాంతం బాగానే ఉంది, కానీ ఒంటరితనం కాదు

"మనిషికి చాలా మంది ప్రత్యర్థులు ఉంటారు" అనే సామెత ఒక నిర్దిష్ట వయస్సు వారికి మరింత సుపరిచితం కావచ్చు. ప్రపంచం అంత కఠినమైన ప్రదేశం అని చెప్పడానికి అనిపించవచ్చు, కానీ మన చుట్టూనే శత్రువులను తయారు చేసే వ్యక్తులు ఉన్నట్లు అనిపిస్తుంది.

పనిలో తన సొంత ఎజెండాను దూకుడుగా ముందుకు తీసుకెళ్లే వ్యక్తి ప్రవర్తనలా,దీనికి ఒక నిర్దిష్ట నైపుణ్యం అవసరం, దాని వల్ల కలిగే ఘర్షణను కూడా మరచిపోతుంది, కానీ ఆవ్యక్తి సృష్టించే విభేదాలు ఏదో ఒక రోజు అతని మార్గంలోనే అడ్డంకిగా మారతాయని అనుకోకుండా ఉండలేను.

మీరు ఇంతకు ముందు చేపట్టిన దానికంటే పెద్ద ప్రాజెక్టులో పనిచేస్తున్నారని అనుకుందాం. ప్రతిచోటా ప్రత్యర్థులను చూడటం వల్ల ఒక జట్టును కూడగట్టుకోలేరు. "మీరు కోరుకున్న విధంగా చేయకపోతే సంతృప్తి చెందరు, కాబట్టి మీరే ఎందుకు చేయకూడదు? పూర్తి సహకారం

గురించి మేము వినాలనుకోవడం లేదు" అని మీ సహోద్యోగులు అనే మాటలు వినే ప్రమాదం ఉంది

కానీ కంపెనీ వివిధ బృందాలతో ఏర్పాటు చేయబడి ఉండవచ్చు. మీ చుట్టూ అందరం కలిసి పనిచేస్తామని ప్రతిజ్ఞ చేసిన కిందిస్థాయి ఉద్యోగులు ఉండవచ్చు, కాబట్టి పురోగతిని ఊహించడం సులభం.

నాయకులు స్వభావరీత్యా ఏకాంతంగా ఉన్నా,వారు తమను తాము ఏకాకిని చేసుకోరాదని అంటున్నారు. అలా చేసినప్పుడు వారు తమ పాత్రను సమర్థవంతంగా నిర్వర్తించలేకపోతారు, దాంతో వివిధ శ్రేణుల్లో అసహనం, చికాకులు వెల్లూనుకుంటాయి.

మీరు నాయకత్వం వహించి, ప్రేరేపించే స్థితిలో ఉన్నప్పుడు, మీ నియంత్రణకు మించిన ప్రవాహం ఉంటుంది. దానితో పాటు వెళ్లండి. అడ్డం వచ్చిన రాతితో నీరు పోరాడదు, ఇది కొంచెం భిన్నమైన మరో మార్గాన్ని తీసుకుంటుంది. కదులుతూనే ఉంటుంది. అది తన లక్ష్యం దిశగా నిర్విరామంగా ప్రవహిస్తూ, చివరికి సముద్రంలో కలిసిపోతుంది.

"ప్రవాహంతో వెళ్లడం మంచిదే, కానీ అది నన్ను, నా లక్ష్యాలను ఎక్కడ వదిలివేస్తుంది?"

మీరు విషయాలను ఆ విధంగా పరిగణనలోకి తీసుకుంటున్నారా ?

ప్రవాహంతో వెళ్ళడం అంటే మిమ్మల్ని మీరు తీసుకువెళ్ళడానికి అనుమతించడంతో సమానం కాదు. ప్రవాహం దిశను అంచనా వేయండి, అది ఎంత వేగంగా వెళ్తోందో పరిగణనలోకి తీసుకోండి, ఆపై, దానికి వ్యతిరేకంగా నెట్టడానికి బదులుగా, మీ స్వంత లోతైన అనుభూతి మార్గంలో దానితో పాటు వెళ్లండి. ప్రవాహంతో వెళ్లడం అంటే అదే అని నేను అనుకుంటున్నాను.

జెన్‌లో మనం వినమ్రత గురించి మాట్లాడతాం. అందులో సంయమనం పాటించడం, అంగీకరించడం నేర్పుతారు. అచంచలమైన సంకల్పం బయట బలంగా, ప్రశంసనీయంగా అనిపించవచ్చు, కానీ ఇది మానసిక అస్థిరత, దృఢత్వంతో కూడా సంబంధం కలిగి ఉంటుంది. ఆ ధోరణి సంకుచిత దృక్పథానికి, పని నెమ్మదించడానికి దారితీస్తుంది. అది స్తబ్దతకు కారణం కాదా? ఇంకా దారుణం ఏమిటంటే, కింది స్థాయి ఉద్యోగులు వెనుదిరగవచ్చు, అది యజమాని నిరాశతో దిక్కుతోచని స్థితిలో ఉండడానికి దారితీస్తుంది.

వినమ్రంగా ఉండే మానసిక స్థితిని కలిగి, నీటిలాగా ఉండటం, ప్రవాహంతో పాటు వెళ్లడం ఎందుకు చేయకూడదు?

28

కేవలం మాట్లాడటం కోసం మాట్లాడకండి

బదులుగా "సుహృద్భావ నిశ్శబ్దాన్ని" ఎంచుకోండి

ఈ విభాగంలో, నేను నిశ్శబ్దం ప్రయోజనం గురించి మాట్లాడాలను కుంటున్నాను.

"నైపుణ్యమే కాదు దానితో సమానంగా వాక్చాతుర్యం గలిగిన వ్యక్తి" అని ఎవరినైనా వర్ణించడం మీరు విన్నారా? ఇది చాలా ఆశ్చర్యం కలిగించే విషయం. ఇది వాక్కుతో పాటు పనిలో ప్రావీణ్యాన్ని సూచిస్తుంది, చాకచక్యంగా, ఎలాంటి తప్పులు చేయని వ్యక్తిని సూచిస్తుంది.

వాటిని వర్ణించడానికి మరొక మార్గం ప్రపంచపరంగా. సంబంధాలను నిర్మించడానికి, పనిలో విజయం సాధించడానికి, మౌఖికంగా అవతలి వారికి బాగా అర్థం అయేలా తెలియ చేయగల సామర్థ్యం ముఖ్యం.

ప్రభావవంతంగా ప్రజలను ఆకర్షించగలగడం మాట్లాడే విధానంతో ఒక భాగం. పనిలో, మీరు మాట్లాడే విధానం మీ విజయం లేదా వైఫల్యాన్ని నిర్ణయిస్తుంది.

ఎంతగా అంటే సమర్థవంతమైన వక్త కాకపోవడం మీ ఆత్మవిశ్వాసాన్ని దెబ్బతీస్తుంది. ముఖ్యంగా బహిరంగంగా, ఇతరులతో మాట్లాడడానికి సంబంధించి పలు శీర్షికలతో పుస్తక దుకాణాలు కిటకిటలాడుతున్నాయి.

జెన్ ఒక భిన్నమైన విధానాన్ని బోధిస్తుంది.

జ్ఞానోదయం మాటలు లేదా రాతలపై ఆధారపడదు. అంతర్గత విచక్షణ ద్వారా మాత్రమే ఆధ్యాత్మిక మేల్కొలుపు ఎలా సాధించవచ్చో వివరించే ఒక పదబంధం మనకు ఉంది. అన్నిటికన్నా ముఖ్యమైన దానిని పదాల్లోనో, పేజీల్లోనో వ్యక్తపరచలేము. బౌద్ధ బోధన సారాంశం గ్రంథాలు లేదా ప్రసంగాల పరంగా ప్రచారం చేయబడుతుంది.

ఇది జెన్ ప్రాథమిక సూత్రం అని కూడా భావించవచ్చు.

నేను డిజైన్ చేసే జెన్ గార్డెన్లు, ముఖ్యంగా డ్రై ల్యాండ్ స్కేప్ గార్డెన్స్ అని పిలువబడేవి, ప్రధానంగా రాళ్ళు, తెల్లని ఇసుకను కలిగి ఉంటాయి. రాళ్లను ఎక్కడ అమర్చాలో, వాటిలో ఎన్ని వాడాలో, కంకరలో ఎలాంటి నమూనాలు వేయాలో నేను నిర్ణయించుకోవాలి.

ఇవి చాలా ముఖ్యమైన నిర్ణయాలు, శుష్కించిన భూభాగంలో ల్యాండ్ స్కేప్ గార్డెన్స్ కూర్పు విషయంలోనూ ఖాళీ స్థలం,వస్తువుల వంటివి ఎక్కడ వదిలివేయాలి అనేవి అంతే ముఖ్యమైనవి.

అంటే జెన్ తోట ముందు నిలబడినప్పుడు మీరు అనుభవించే లోతైన నిశ్శబ్దం, అపారమైన ప్రశాంతత, రాళ్ళు, ఇసుక, ఖాళీ స్థలం మధ్య ప్రతిధ్వనుల నుండి ఉద్భవిస్తుంది. ఆ ఖాళీ స్థలంలో అంతర్లీనంగా ఉన్న వ్యక్తీకరణ శక్తిని రూపకల్పనలో ప్రతిబింబించాలి.

సాంప్రదాయ జపనీస్ నోహ్ నాటక ప్రదర్శనలో, నిశ్శబ్ద విరామం చాలా ప్రాముఖ్యతను సంతరించుకుంటుంది. ప్రేక్షకులు ఊపిరి బిగబట్టి ఈ నిశ్శబ్ద క్షణాల్లోని ప్రాముఖ్యతను గ్రహిస్తారు.

మరొక ఉదాహరణ రాకుగో అనే కథ చెప్పే కళ, దీనిలో పంచ్ లైన్ ప్రభావాన్ని పెంచడానికి విరామం పెంచబడుతుంది. నిశ్శబ్దానికి విపరీతమైన వ్యక్తీకరణ శక్తి ఉంది.

కొన్నిసార్లు ఇది మాటల కంటే ఎక్కువ భావాన్ని లేదా లోతైన భావాలను కూడా తెలియజేయగలదు.

వృత్తిపరమైన పరిస్థితుల పరంగా మీ కంపెనీ ఉత్పత్తి లక్షణాలను వివరించేటప్పుడు, పదాల ప్రవాహంలో సజావుగా, అనర్గళంగా మాట్లాడటం కంటే, అనుకూలమైన ముద్ర వేయడానికి మీ క్లయింట్ అవసరాలు ఏమిటో, వారు ఏమి అడుగుతున్నారో జాగ్రత్తగా వినడం మరింత ప్రయోజనకరంగా ఉంటుందని గ్రహించండి.

ఉత్పత్తుల అమ్మకందార్లు ఈ విషయాన్ని పరిగణనలోకి తీసుకోరు. దాంతో అనివార్యంగా, అతి కష్టంగా అమ్మకాలు చేసే పరిస్థితి ఏర్పడుతుంది.

క్లయింట్ వినేది ప్రయోజనాలు, ప్రయోజనాల సాధారణ విషయాలు మాత్రమే. మీరు వారి మాట వినడం లేదని వారికి తెలుసు.

ఒకసారి క్లయింట్ మీరు అమ్మే వస్తువుల లక్షణాలని ఇష్ట పడకపోతే, అత్యంత ప్రతిభావంతమైన వాక్చాతుర్యం కలవాడైనా సరే విజయవంతం కాలేదు. మృదువుగా మాట్లాడటం అనేది నా అభిప్రాయంలో పైపైన మాత్రమే ప్రభావం చూపగలుగుతుంది.

మరోవైపు, వినడం వల్ల ఖచ్చితంగా ఏదో ఒకటి లభిస్తుంది. ఇది ఏమి తెలియజేస్తుంది? కొంతమందికి చిత్తశుద్ధినిస్తుంది. ఫలితాలను ఇచ్చే నిజమైన సేల్స్ వ్యక్తులకు ఇది మంచి మార్గం అని తెలుసు.

వారు తమ కోరికలు,అవసరాలను పరిగణనలోకి తీసుకొని, తాము చెప్పేవి శ్రద్ధగా వింటున్నారని ఖాతాదారులు గ్రహిస్తారు. ఒకసారి అలా చేస్తే, తరచుగా అది నమ్మకాన్ని పెంపొందిస్తుంది. "ఈ వ్యక్తి చెప్పేది నేను నమ్ముతున్నాను", "అని చెబితే, అది నిజమే" అని వారు అనుకుంటారు. మీరు అమ్ముతున్నదాన్ని కొనాలనుకుంటున్నారు. వారు మీ వస్తువులను మాత్రమే కొనుగోలు చేయాలనుకోవడం కన్నా కావాల్సింది ఏముంది?

ఇది కేవలం అమ్మకాలకే పరిమితం కాదు. ఏ ఉద్యోగంలోనైనా నమ్మకమే ముఖ్యం.

మృదువుగా మాట్లాడటం మిమ్మల్ని ఇంతవరకు మాత్రమే తీసుకువెళుతుంది, అయితే సుహృద్భావ మౌనం నమ్మకాన్ని పెంచుతుంది. అలాంటప్పుడు అత్యంత వాక్చాతుర్యం గలవారిగా తయారు కావడానికి అంత కష్టపడాల్సిన అవసరం లేదు కదా?

నిశ్శబ్దం ప్రాముఖ్యతను తెలియజేసే జెన్ కథ ఒకటి ఉంది.

విమలకీర్తి ఒక సామాన్యమైన బౌద్ధ మతస్థుడు, బోధిసత్వుడితో సంభాషణలో మౌనంగా జవాబిచ్చాడు. దీన్నే "విమలకీర్తి ప్రచండ నిశ్శబ్దం" అంటారు.

ఉరుము లా నిశ్శబ్దం కూడా బలమైన ప్రభావాన్ని చూపుతుంది.

కాబట్టి మాట్లాడటానికి భయపడే వారు ఆందోళన చెందాల్సిన అవసరం లేదు!

29

మీ శ్వాసను నియంత్రించండి

నిరాశ, ఆందోళనను తగ్గించే జెన్ శ్వాస మార్గం

కొన్నిసార్లు పనిలో సవాళ్లను ఎదుర్కోవడానికి మనకు పుష్కలంగా శక్తి ఉంటుంది, కానీ కొన్ని సమయాల్లో మనకి నిస్సత్తువగా, ప్రేరణ లోపించినట్లు అనిపిస్తుంది.

మనం విజయం సాధించినప్పుడు ఆనందంతో పొంగిపోతాం, యజమాని మందలించినప్పుడు లేదా మన నియంత్రణలో లేని విషయంలో ఏదైనా తప్పు జరిగి ఆగ్రహానికి గురిచేసినప్పుడు మనం పళ్లు కొరుక్కుంటాం.

ఈ రకమైన మానసిక మార్పులు మన ప్రవర్తనను కూడా ప్రభావితం చేస్తాయి. మన భావోద్వేగాలు చాలా తీవ్రంగా ఉన్నప్పుడు, అవి ఒక సమస్యగా మారవచ్చు. అవి మన చుట్టూ ఉన్నవారికి ఈ విధమైన అభిప్రాయాలను కలిగిస్తాయి:

"ఆ వ్యక్తి చాలా సులభంగా మోసపోతాడు. అతన్ని ప్రోత్సహించకపోవడమే మంచిది".

"ఆమె గురించి తెలియదు. ఆమె స్వభావం ఎట్లాంటిదో తెలియదు, అలాంటప్పుడు ఆమె చెప్పేదాన్ని సీరియస్ గా తీసుకోకపోవడమే మంచిది."

ప్రశాంతమైన, నిశ్శబ్దమైన మనస్సు ప్రాముఖ్యతను నొక్కి చెప్పడంలో "సాధారణ మనస్సే మంచి మార్గం" అని జెన్ చెబుతోంది. ఇది మన భావోద్వేగాల తీవ్రతను ఎలా తగ్గించుకోవాలో నేర్పుతుంది.

దీనిని మీరు మీ శ్వాస ద్వారా సాధించగలరు.అదొక్కటే మార్గం.

జెన్ లో మనం మన భంగిమ, శ్వాస, మనస్సును సమన్వయం చేయడం గురించి మాట్లాడతాము. ఈ క్రమంలో మన శరీరాన్ని, ఆ తర్వాత మన ఉచ్ఛ్వాస, నిశ్వాసాలను, చివరకు మన మానసిక స్థితిని సర్దుబాటు చేసుకుంటాం.

భంగిమ, శ్వాస, మనస్సు ఇవి మూడు పరిశుద్ధమైన త్రిమూర్తులవంటివి. వీటిలో ప్రతి ఒక్కటి మిగతా రెండిటితో గాఢమైన సంబంధం కలిగి ఉన్నాయి. కాబట్టి, మన శ్వాసను క్రమబద్ధీకరించడానికి, మొదట మనం మన శరీరాన్ని నియంత్రించాలి. భంగిమను స్థిరపరిచిన తరువాత శ్వాసను స్థిరపరిస్తే, ఆపై మనస్సు స్థిరపడుతుంది.

కోపంతో మీ బుగ్గలలో వేడి పెరుగుతున్నట్లు అనిపించినప్పుడు, మొదట, లోతైన శ్వాస తీసుకోండి.

మీ నాభికి ఏడెనిమిది సెంటీమీటర్ల దిగువన ఉన్న బిందువుపై మీ దృష్టిని కేంద్రీకరించండి. మీ మధ్య భాగంలోని మొత్తం గాలిని బయటకు పంపండి. పూర్తి నిశ్వాసం చాలా ముఖ్యం. శ్వాసకు సంబంధించి జపనీస్ పదం 'కోక్యూ' లో, "శ్వాస తీసుకోవడం" అనే పదం కంటే ముందు "శ్వాస" వదిలివేయడం అనే పదం వస్తుంది. అంటే ఒకసారి మీరు

పూర్తిగా గాలిని బయటకు పంపివేసిన తర్వాత, ఉచ్ఛ్వాసం సహజంగా, స్వయంచాలకంగా జరుగుతుంది.

ఈ రకమైన పొత్తికడుపు శ్వాస పునరావృతాన్ని సులభతరం చేయడానికి,మీ బొడ్డు దగ్గర నుండి శ్వాస తీసుకోవడానికి మీరు మీ వెన్నెముకను నిటారుగా ఉండేలా చూసుకోవాలి, భంగిమను నిటారుగా చేయాలి. కుంగినట్లున్నా లేదా వంగి ఉన్నప్పుడు బొడ్డు నుండి శ్వాస తీసుకోలేరు. బొడ్డు వద్ద నుండి శ్వాస తీసుకోవడం ప్రాక్టీస్ చేసినప్పుడు, మీ భుజాలలోకి చొచ్చుకుపోయిన కోపం తగ్గుతుంది, మీరు ఎదుర్కొంటున్న మానసిక ఒత్తిడి విడుదల అవుతుంది. అకస్మాత్తుగా మరింత రిలాక్స్ అవుతారు.

ఇప్పుడు వ్యక్తులతో వ్యవహరించడం సులభం అని మీరు కనుగొనవచ్చు. మీరు కొంచెం రిజర్వ్ గా అనిపించవచ్చు, విషయాలను మరింత నిర్లిప్తతతో గమనించగలుగుతారు. ప్రతి చిన్న విషయం గురించి ఆలోచించడం ఎంత మూర్ఖత్వమో బహుశా మీరు చూస్తారు.

ఇంతకు ముందు నేను ఇటాబాషిజెంజీ గురించి ప్రస్తావించాను, నేను మళ్ళీ ఆయనను ఉదహరిస్తాను: "కోపం మీ తలకు చేరనివ్వవద్దు."

మన కోపాన్ని మనవరకే పరిమితం చేసుకుని,మన కడుపులోనే దానిని అణచిపెట్టు కున్నప్పుడు, తీవ్రమైన భావోద్వేగాలను మనం నియంత్రించుకోవచ్చు. బయటకు చెప్పకూడని విషయాలను చెప్పకుండా ఉండగలము. ఆ తరువాత, కోపం సహజంగానే తొలగిపోతుంది.

ఇటాబాషి జెంజీ కోపానికి ప్రతిస్పందనగా "మిస్టర్ థ్యాంక్యూ, మిస్టర్ థ్యాంక్యూ, మిస్టర్ థ్యాంక్యూ" అని మూడుసార్లు తనలో తాను అనుకునే వారని చెబుతారు. ప్రశాంతమైన మనస్సును నిర్వహించడానికి ఇది సరైన పద్ధతిగా అనిపించడం లేదా?

మనమందరం ఒక మంత్రాన్ని లేదా పదాన్ని ఉంచుకోవడం మంచిది. మీకు ఏది ఉత్తమంగా పనిచేస్తుందో, ఇష్టమైన పదం లేదా పదబంధం లేదా మిమ్మల్ని ఓదార్చి లేదా ఉపశమనం కలిగించే ఏదైనా సరే పఠించడం మంచి ఆలోచన. "సాధారణ మనస్సే మంచి మార్గం" ఇదే జెంగో చెప్పింది.

కేవలం కోపం కోసమే కాదు. సంతోషకరమైన సందర్భాల్లో లేదా మీ భావోద్వేగాలు రెచ్చిపోయినప్పుడల్లా. మీరు మీ శ్వాస, మంత్రాన్ని సానుకూల భావోద్వేగాల కోసం కూడా ఉపయోగించవచ్చు. మీరు ఆనందాన్ని వ్యక్తపరచడానికి గొంతును సరిచేసుకోవడం చాలా ముఖ్యం,అతిగా ఉద్వేగానికి గురికావడం కేవలం కనుబొమ్మలను మాత్రమే కదిలిస్తుంది. దాని గురించి ఆలోచించండి,

ఇక్కడ మరొక సామెత ఉంది: "విజయంలో, మీ వినయాన్ని గుర్తుంచుకోండి, ఓటమిలో, మీ పోరాట స్ఫూర్తిని గుర్తుంచుకోండి."

ప్రశాంతమైన, నిశ్శబ్దమైన మనస్సును పెంపొందించుకునే ప్రయత్నం చేద్దాం.

30

మీ ఇంటిలోని "వాతావరణాన్ని" మార్చండి

ఉదయం నిద్రలేవగానే ఇలా చేయండి

జీవితంలో ప్రశాంతతను, నిశ్శబ్దాన్ని పెంపొందించడానికి అనేక పరిస్థితులు ఉన్నాయని నేను నమ్ముతున్నాను. వాటిలో ఒకటి "స్వంత గది". మీరు మీ స్వంతం అని చెప్పుకోగల స్థలం మీకు ఉందా?

మనలో పనిచేసేవారు రోజుకు కనీసం ఎనిమిది గంటలు గడిపే పనిప్రదేశాన్ని మన ప్రాంతంగా భావించవచ్చు. అది మన స్థలంలా అనిపిస్తుంది. కానీ సొంత గది అనే ఆలోచనకు దీనికి తేడా ఉంది.

చాలా పని ప్రదేశాలు ఉన్మాదంగా, ఉత్తేజంగా, ఉద్వేగభరితంగా, నరాలు తెగిపోయేలా ఉంటాయి. అది మీరు తేలికగా అనుభూతి చెందే స్థలం కాదు. వ్యాపారం అనేది కంపెనీ లోపల, వెలుపల వ్యక్తులతో పోటీ పడటం కాబట్టి ఆశ్చర్యపోనవసరం లేదు.

ఇక కార్పొరేట్ ఉద్యోగుల కుదింపు, తొలగింపులు, రిమోట్-వర్క్ ఏర్పాట్లను బట్టి, ఎప్పుడు ఆ స్థలాన్ని కోల్పోతారో మీకే తెలియదు.

పనిలో లేనప్పుడు ఇంట్లో ఎక్కువ సమయం గడిపేవారికి ఇల్లు కూడా ప్రశాంతమైన ప్రదేశం కాకపోవచ్చు. మీ కుటుంబంతో నాణ్యమైన సమయాన్ని గడపడం కూడా కష్టమే. చాలా కుటుంబాలలో ఒకరితో ఒకరు చాలా అరుదుగా మాట్లాడుకుంటారు. ప్రతి ఒక్కరూ తమ భోజన ఏర్పాట్లలో, లేదా వారి స్వంత పనిని చేసుకుంటూ ఉంటారు.

కొంతమంది పని నుండి ఇంటికి తిరిగి వెళ్ళేటప్పుడు ఏదో ఒకటి తాగడానికి, తినడానికి బార్ లేదా రెస్టారెంట్ కి వెళ్తుంటారు. అది వారి స్థలం.

అది నేను అర్థం చేసుకోగలను. కానీ దాని వల్ల వారు కొంత ఆనందాన్ని పొందినప్పటికీ, కొంచెం విచారించగలిగినదే.

జెన్ లో మనకు "ఇంటికి తిరిగి వచ్చి హాయిగా కూర్చోండి" అని చెప్తుంది.

మామూలు మాటల్లో చెప్పాలంటే, ఇంటికి వెళ్లి మీరు సౌకర్యవంతంగా ఉండగలిగినప్పుడు, మీరు నివసించే ప్రశాంతమైన ప్రాంతం మీ మనస్సును ప్రశాంతంగా ఉంచడానికి సహాయపడుతుంది.

జెన్ పరంగా, ఇల్లు అనేది మనలో అంతర్లీనంగా ఉండే బుద్ధ స్వభావాన్ని సూచిస్తుంది- ఇక్కడే మనం నిజమైన వ్యక్తులుగా ఉండగలం. మరో విధంగా చెప్పాలంటే, ఇల్లు మన బుద్ధ స్వభావాన్ని కనుగొన్న ఆనందానికి ప్రతీక.

నిజమైన ఇల్లు అంటే మీరు ఉండటానికి అత్యంత అనువైన ప్రదేశంగా ఉండాలి.

దీనిని మీకు అనుగుణంగా మార్చుకోవాలంటే ఇంటిలో మార్పులు అవసరమా?

దీనిని ఒక రకమైన పునరుద్ధరణగా మీరు భావించవచ్చు, ఏకాంతంగా, ఎటువంటి ప్రతికూల ఆలోచనలు లేకుండా,ప్రశాంతంగా ఉండే స్థితికి చేరుకోవడానికి, మిమ్మల్ని మీరు మార్చుకోవడం అనేది జెన్ ప్రాథమిక అంశాలలో ఒక అభ్యాసం.

మీరు ఉదయం నిద్రలేవగానే మీ కుటుంబాన్ని పలకరించండి. వారికి కృతజ్ఞత తెలియజేయండి.

మొదట, వారికి ఇది అయోమయంగా అనిపించవచ్చు. మీకు ఏమైందోనని ఆశ్చర్యపోవచ్చు. కానీ ఒక వారం లేదా పది రోజుల తర్వాత, వారు అలవాటు పడిపోతారు. మీరు తయారు చేస్తున్న కొత్త స్థలాన్ని కూడా ప్రశంసిస్తారు..

జెన్ మఠాలను నియంత్రించే నియమాల మూలాల గురించి తెలిసిన హయాకుజోఎకై గురించి ఒక ఉదంతం ఉంది, వీటిని హయాకుజో షింగి అని పిలుస్తారు.

ఒకసారి ఒక సన్యాసి హయాకుజో జెంజీని, "అత్యంత అద్భుతమైన విషయం ఏమిటి?" అని అడిగాడు

"నేను ఈ గొప్ప మహోన్నత శిఖరంపై ఒంటరిగా కూర్చుంటాను." అని హయాకుజో జెంజీ జవాబిచ్చాడు,

అతని ఉద్దేశ్యం ప్రకారం అక్కడ కూర్చోగలగడమే ఎంతో కృతజ్ఞతతో కూడిన విషయం. ఆ మహోన్నత శిఖరం హయాకుజో జెంజీ ప్రధాన పూజారిగా ఉన్న ప్రదేశం.అంటే, అది జెన్ ఆలయం. జెన్ సన్యాసులకు ఆలయమే నివాసం. ఇది వారికి గొప్ప భద్రతను ఇస్తుంది, వారు ఇంతకంటే

కృతజ్ఞతతో ఉండగల అంశం మరొకటి లేదు. వారికి జ్ఞానోదయం కావడమే దీనికి కారణమని కూడా అనుకోవచ్చు.

కాబట్టి, ఇల్లు చాలా భద్రత కలిగిన ప్రదేశం. దశాబ్దాలు గడిచేకొద్దీ ఇంకా ఎక్కువ భద్రతనిస్తుంది. మీరు పనిని ఎప్పుడు మానేస్తారో ఆలోచించుకోండి. అప్పట్నుంచి మీరు రోజులో ఎక్కువ భాగం ఇంట్లోనే గడుపుతారు.

ఇల్లు ప్రశాంతమైన ప్రదేశం అయితే, వాతావరణం ఉల్లాసంగా ఉంటే, మీ జీవితం ఆ లక్షణాలను స్వీకరిస్తుంది.

కాబట్టి, దయచేసి, మీరు ఇక్కడ, ఇప్పుడు ఉన్నారని భావిస్తూ పునాది వేయడం ప్రారంభించండి.

నేను మళ్ళీ మళ్లీ చెబుతున్నాను, జెన్ కు ప్రాథమికమైనది అభ్యాసం.

నాలుగవ భాగము

సంబంధాలను మెరుగుపరచడానికి ఆశ్చర్యకరమైన చిట్కాలు

మంచి సంబంధాలను ఏర్పరచుకోవడం,
చెడ్డ వాటిని విడిచిపెట్టడం ఎలా

31

మీ అనుబంధాలను గౌరవించండి

ఇలాంటి వారిని కలవడం యాదృచ్ఛికమేమీ కాదు

మీ జీవిత కాలంలో ఎంతమందిని కలుస్తారని మీరు అనుకుంటున్నారు?

అన్ని రకాల ఆకారాలు, పరిమాణాలలో వస్తారు. సందర్భాన్ని బట్టి మారుతూ ఉంటారు. కుటుంబ, విద్యా, ప్రాంతీయ, పనికి సంబంధించినవారు ఇలా ఎవరైనా కావచ్చు.

ఏదేమైనా, ఏడు బిలియన్ల కంటే ఎక్కువ జనాభా ఉన్న ప్రపంచంలో మనము కలుసుకునే వ్యక్తుల సంఖ్య చాలా పరిమితం. అయినా, ఏడు బిలియన్ల మందిలో మనం కలుసుకోవడానికి వచ్చే వారు ఉండడం అద్భుతం మాత్రమే.

మీరు ఒక అద్భుతంగా భావించేవారిని కలవడం జరిగిందా?

మీరు ఎవరిని కలుస్తారనేది ఒక అవకాశం లేదా యాదృచ్ఛికం అని మీరు అనుకోవచ్చు. కానీ మీరు ఎవరినైనా కలిసారు అంటే అందులో ఒక సంబంధం ఉంటుంది. బౌద్ధమతంలో, మేము ఈ సంబంధాలను 'ఇన్నెన్'

అని పిలుస్తాము. అవి చాలా ముఖ్యమైనవిగా పరిగణించబడతాయి. మీ జీవితంలోకి వచ్చి వెళ్ళే అనేక మందిలో, మీరు ఎవరితో సంబంధాలు ఏర్పరుచుకుంటారో వారు ప్రత్యేకమైనవారు. కారణ కర్మ, స్థితి కర్మ సమలేఖనం కావడమే 'ఇన్నెన్'.

వసంత ఋతువు రాకతో పూలు వికసిస్తాయి. కానీ అన్ని పువ్వులు ఒకే సమయంలో, ఒకే చెట్టుపై కూడా వికసించవు. ఉబ్బిన మొగ్గలు మాత్రమే వెచ్చని వసంతపు గాలికి వికసిస్తాయి.

వసంత గాలులు అన్ని మొగ్గలపై ఒకే విధంగా వీచినా, ఇంకా గట్టిగా కొమ్మను పట్టుకుని ఉన్న కొన్ని మొగ్గలు ఆ గాలికి వికసించవు. అవి చేయగలిగింది కొమ్మకు అంటిపెట్టుకుని ఉండడమే గాలి వాటి మీద నుండి వీస్తుంది.

ప్రభావాన్ని ఉత్పత్తి చేయడానికి (పువ్వులు వికసించడానికి), కారణం (అనగా, మొగ్గలకు కావాల్సినంత ఉబ్బురావడం) వసంత గాలిని సద్వినియోగం చేసుకోవడానికి, సంబంధం ఏర్పరచడానికి సరైన పరిస్థితులను కలిగి ఉండాలి.

లోకంలో ప్రతిదీ ఈ 'ఇన్నెన్' కర్మసంబంధం ప్రకారమే జరుగుతుంది. ఇది బౌద్ధమతం ప్రాథమిక పునాది.

ఇతరులతో మన కలయికలను ఈ విధంగా గ్రహిస్తే, బహుశా యాదృచ్ఛికమైన కలయికలు కావు, ఏదీ యాదృచ్ఛికంగా జరిగినవి కాకపోవచ్చు, ఈ అద్భుతాలు బుద్ధుని వరం కావచ్చు.

ఇదే నిజమైతే, మన కలయికలను తేలికగా తీసుకోలేం. ప్రజలతో మనకున్న అనుబంధాలను కృతజ్ఞతతో అంగీకరించాలి.

జెన్ లో మన జీవితాల్లోకి వచ్చేవారి ప్రభావం గురించి మాట్లాడతాం.

ప్రతిదీ ఈ కలయికల ద్వారానే సంభవిస్తుంది. కాబట్టి మనం కలుసుకునే వ్యక్తులను, వారిని కలుసుకునే ప్రదేశాలను, ఈ సమావేశాలు తీసుకునే రూపాలను మనం ఎంతో గౌరవించాలి.

జెన్‌తో గాఢంగా అనుసంధానించబడిన టీ వేడుకలో, "ఇచి-గో ఇచి-ఇ" అనే సామెత ఉంది.

ఇది జపాన్ వెలుపల కూడా బాగా తెలిసిన పదబంధం. దానిని అనువదించడానికి ఒక మార్గం "జీవితకాలంలో ఒకసారి.". దీని అర్థం మీరు ప్రతి కలయికను విలువైనదిగా భావించాలి, ఎందుకంటే మీరు ఆ వ్యక్తిని మళ్లీ కలుసుకోలేక పోవచ్చు. మీరు వారితో ఉండటానికి ఇది ఏకైక అవకాశం కావచ్చు- కాబట్టి కలిసిన ఆ సమయాన్ని సద్వినియోగం చేసుకోండి.

మీరు ఈ దృక్పథాన్ని అవలంబిస్తే, మీరు ప్రతి సమావేశాన్ని ఆస్వాదించడం ప్రారంభిస్తారని, మీరు కలుసుకున్న ప్రతి ఒక్కరి పట్ల కృతజ్ఞతతో ఉంటారని నేను అనుకుంటున్నాను.

"ఈ వ్యక్తిని కలుసుకోవడం నిజంగా ఎంత అద్భుతంగా ఉంది."

"వారితో కలిసి ఉన్నందుకు నిజంగా నేను ఎంతో కృతజ్ఞురాలిని."

ఇది మీ జీవితంలోకి వచ్చే వ్యక్తులతో మరింత లోతైన బంధాలను ఏర్పరచుకోవడానికి మిమ్మల్ని అనుమతిస్తుంది.

32

మంచి సంబంధాలు పెట్టుకోండి

మీ జీవితంలో మంచి వ్యక్తుల సాంగత్యాని
ఎలా ఏర్పరుచుకోవాలి?

మీరు మంచి సంబంధాలు కలిగి ఉన్నారా?

లేక చెడు సంబంధాల వద్దే ఆగిపోతారా?

మనమందరం స్వచ్ఛమైన అందంతో, అద్దంలా ప్రకాశించే హృదయంతో జన్మించాము. నేను ఇంతకు ముందు చెప్పినట్లుగా, "అన్ని జీవులకు, మినహాయింపు లేకుండా, బుద్ధ స్వభావం ఉంటుంది" అని బౌద్ధమతం బోధిస్తుంది. నవజాత శిశువుకు స్వార్థం లేదు, అనుబంధాలు లేవు, భ్రమలు లేవు.

కానీ అప్పుడు మనం వివిధ వ్యక్తులు, పరిస్థితులకు బహిర్గతమవుతాం. అనుభవాలను కూడబెట్టుకుంటూ పోయేటప్పుడు మన మనస్సు మసకబారినట్లుగా ఉంటుంది. మనం వ్యక్తులతో సంబంధాలను ఎలా ఏర్పరుచుకుంటాము అనేది మనపై విపరీతమైన ప్రభావాన్ని చూపుతుంది.

ప్రజలు ఆ సంబంధాలకు కట్టుబడిపోతారు.

మీరు మంచి సంబంధం ఏర్పరుచుకున్న తర్వాత, అది మీ తదుపరి మరో మంచి సంబంధానికి లింక్ చేయబడుతుంది, ఇది మరిన్ని మంచి సంబంధాలను ఆకర్షిస్తుంది.

ఉదాహరణకు, మీరు ఒకరితో సంబంధాన్ని ఏర్పరచుకున్నప్పుడు, మీరు ఆ వ్యక్తి ద్వారా మరొకరిని నిజంగా అద్భుతంగా కలుసుకోవచ్చు, ఆపై మంచి సంబంధం కలిగి ఉన్న మరొక వ్యక్తికి వారు మిమ్మల్ని పరిచయం చేయవచ్చు.

ఇది సానుకూలంగా బలపరిచే వలయంగా మారుతుంది, ఇది మీకు ప్రయోజనకరంగా ఉంటుంది, ఈ వ్యక్తిగత సంబంధాలు మీ మంచి పరిచయాల అంతర్జాలాన్ని (నెట్వర్క్) పెంచడానికి ఉపయోగపడతాయి.

మరోవైపు, మీరు చెడు సంబంధాలు కలిగి ఉంటే దీనికి పూర్తి విరుద్ధంగా జరగవచ్చు. మీరు చెడు సంబంధాల వలయాన్ని సృష్టించగలుగుతారు. ఈ విషయం మీరు గ్రహించే లోపే మీ జీవితం గందరగోళంగా మారుతుంది.

మంచి సంబంధాలు కావాలనుకుంటే అందుకు కొంత తయారీ అవసరం.

ఎలాంటి తయారీ?

మీరు చేయగలిగినదల్లా మీరు ఏ పని చేస్తున్నా, అందులో వీలైనంతగా నిమగ్నమై ఉండాలి. ఇది చాలా సాధారణమైన విషయంగా మీకు అనిపించవచ్చు. కానీ అందులో నిమగ్నం కావటానికి అవసరమైన, మీరు చేస్తున్న అసాధారణ ప్రయత్నం మిమ్మల్ని ఆశ్చర్యపోయేలా చేస్తుంది.

స్వభావరీత్యా, మానవులు తక్కువ ప్రతిఘటన మార్గాన్ని

కోరుకుంటారు. మీరు ఏ మాత్రం మందగించడం ప్రారంభించినా జారిపోయే స్థితిలోకి వెళ్తారు. చేసే ప్రతి పని మీకు చాలా కష్టంగా అనిపిస్తుంది.

"ఆ వ్యక్తిని ఏమి చేయమని అడిగినా, అతను దానిని గందరగోళం చేస్తాడు." త్వరలోనే మిమ్మల్ని ప్రజలు అనడం ప్రారంభిస్తారు

ఒకసారి మిమ్మల్ని గందరగోళంగా చూసిన తర్వాత, ఎవరూ వారి వ్యక్తిగత అంతర్జాలాన్ని (నెట్వర్క్) మీతో పంచుకోవడానికి ఇష్టపడరు. మీరు మంచి సంబంధాల కోసం ఎంత ప్రయత్నించినా, లాభం ఉండదు. అంతేగాక మీరు చెడు సంబంధాలనూ నివారించలేరు.

చెడు సంబంధాలు మిమ్మల్ని చుట్టుముట్టి ఉన్నప్పుడు, మీ ఆత్మ మసకబారిన అనుభూతి చెందుతారు, స్థిరత్వాన్ని కోల్పోతారు, ఆందోళన, విచారం, భయం మిమ్మల్ని ఆవహిస్తాయి.

"ప్రతి అడుగు నేర్చుకోవడానికి ఒక ప్రదేశం" అనే ఒక జెంగో సూక్తి ఉంది.

మనం ఎక్కడికి వెళ్లినా నేర్చుకోవాల్సింది ఎంతో కొంత ఉంటుందనే భావన తోమనం చేస్తున్నదంతా సాధనే. ఇది నాకెంతో ఇష్టమైన విషయం,

ప్రతిదానికీ క్రమశిక్షణ అవసరమని జెన్ బోధిస్తుంది, కాబట్టి మనం జాజెన్ సాధన, భోజనం తినడం, శుభ్రపరచడం, ముఖం కడుక్కోవడం వంటి వాటిపై కూడా అదే రకమైన శ్రద్ధ పెట్టాలి.

దీన్ని మీ పనికి వర్తింపజేస్తే, మీ శక్తి మొత్తం పెద్ద ప్రాజెక్టులపై మాత్రమే పెట్టడం, ఆపై దానిని చిన్న ప్రాజెక్టులకు వర్తింప చేయడం ఆమోదయోగ్యం కాదు. ఇది చెడు సంబంధాలకు దారి తీస్తుంది.

మీ ముందున్న పనిలో మీ వంతు ప్రయత్నం చేయాలి. ఇలా చేయడం వల్ల సహజంగానే మంచి సంబంధాలు ఏర్పడుతాయి. తక్కువ

అంచనా వేస్తూ లేదా నిర్లక్ష్యం చేస్తూ ఒక ప్రాజెక్ట్ పై మీరు మీ మనస్సాక్షికి అనుగుణంగా పనిచేస్తే ఇతరులు మిమ్మల్ని గమనిస్తూనే ఉంటారు.

త్వరలోనే, మీ పై అధికారి రాబోయే ప్రాజెక్ట్ గ్రూప్ లో చేరమని మిమ్మల్ని అడగవచ్చు. ఇది మీ సంబంధాన్ని మరింత బలోపేతం చేస్తుంది. ఇది మంచి సంబంధాల వలయాన్ని ప్రారంభిస్తుంది.

33

ఇతరులతో అణకువగా ఉండండి

ఉత్తమ సంబంధాల రహస్యాలలో ఒకటి "మీ తరువాత"

గార్డెన్ డిజైనర్‌గా నేను చేసే పని తరచు నన్ను ఇతర దేశాలకు తీసుకువెళుతుంది, ప్రతి దేశం నిజంగా దాని స్వంత జాతీయ లక్షణాన్ని కలిగి ఉంటున్నదన్న విషయం నేను ఎల్లప్పుడూ గమనిస్తూనే ఉంటా.

ఉదాహరణకు, చైనాలో, రోడ్డుపై ఉన్న ఇతర కార్లకు దాదాపు ఎవరూ లొంగరు. ఎవరైనా ఒక సందులోకి వెళ్లాలనుకున్నప్పుడు, వారు ముందుకు దూసుకు వెళతారు. చివరికి బలవంతంగా తమ మార్గాన్ని చూసుకుంటారు. రోడ్లు యుద్ధభూమిని తలపిస్తాయి.

ప్రతి ఒక్కరూ ఎల్లప్పుడూ తమను తాము నిరూపించుకోవడానికి ప్రయత్నిస్తున్నారనే అభిప్రాయాన్ని ఇది కలుగ చేస్తుంది, చైనాలో ఇది చాలా అవసరం అయి ఉండవచ్చు.దాని జాతీయ స్వభావం సంస్కృతి డిమాండ్లకు సరిపోతుందని అనుకోవచ్చు.

జపాన్ లో, దీనికి విరుద్ధంగా, మీరు నిరంతరం మిమ్మల్ని మొదటి స్థానంలో ఉంచితే, మీ పని సంబంధాలు దెబ్బతింటాయి.

దృఢత్వం మాట ఎలా ఉన్నా,ఇతరుల కంటే తాను చాలా నీతివంతుడినని భావిస్తూ వ్యక్తిగతమైన దూకుడుతో ఉన్నవారికి, చుట్టూ ఉన్నవారి మద్దతును పొందడం కష్టతరం అవుతుంది.

"ఆ వ్యక్తి, తను బాధ్యత వహిస్తే తప్ప ఎప్పుడూ సంతృప్తి చెందదు, కాబట్టి ఆ పనిని అతనినే స్వయంగా చేయనివ్వండి."

మీకు సహకారం, సహకారం అవసరమైనప్పుడు ప్రజలు విముఖత చూపడానికి ఇది దారితీస్తుంది.

"నీ తర్వాత" అని చెప్పే సామర్థ్యం ఉన్న రెండవ స్థానంలో ఉండటమే ఉత్తమమైన స్థానం అని నేను అనుకుంటున్నాను. మొదట వెళ్ళే వ్యక్తి దారితప్పితే, మిమ్మల్ని మీరు మెరుగుపరుచుకోవడంపై లేదా పని లో, జ్ఞానం లేదా నైపుణ్యాలు లేదా సరళమైన పరిజ్ఞానాన్ని పొందడంపై దృష్టి పెట్టడానికి మీకు కొంత సమయం, స్వేచ్ఛ లభిస్తుంది.

బలమైన రెండో స్థానంలో ఉన్న మీరు అప్రయత్నంగా ముందుకు నెట్టబడతారు. ఇది చాలా ఉత్తమమైన ప్రదేశం. తమను తాము మొదటి స్థానంలో ఉంచుకునే వారితో పోలిస్తే, మీరు మొదటి స్థానంలోకి నెట్టబడినప్పుడు మిమ్మల్ని ఎవరైనా అడ్డుకునే అవకాశం చాలా తక్కువగా ఉంటుంది.

అంతేకాదు ఇతరులు మీకు సహాయం చేయడానికి సంతోషంగా ఉన్నారనే విషయం కూడా మీరు గ్రహించగలుగుతారు. ఈ విషయం తెలిసే ముందే, "మీ తరువాత" రెండవ స్థానంలో ఉన్నప్పుడే మీరు వాస్తవానికి నాయకత్వ నైపుణ్యాలను కూడా సాధించే ఉంటారు.

పనిస్థలంలోనే కాదు బయటి పరిస్థితులలోను, "మీ తరువాత" మనస్తత్వం మీ చుట్టూ ఉన్న విషయాలను తేలిక పరుస్తుంది. ఇతరులను

సంతోషపెడుతుంది. రైలులో ఎవరైనా మీతో సమానంగా సీటు పొందడానికి ప్రయత్నించినప్పుడు, మీరిద్దరూ వెనక్కి తగ్గకపోతే, వాతావరణం ఉద్రిక్తంగా, అసౌకర్యంగా మారుతుంది. కానీ మీరు "సరే మీరే తీసుకోండి" అని చెబితే, మీకు కృతజ్ఞతలు, కృతజ్ఞతతో కూడిన చిరునవ్వు లభిస్తుంది.

లేదా స్నేహితులతో కలిసి డ్రింక్స్ లేదా డిన్నర్ కోసం బయటకు వెళ్లినప్పుడు, మొదట మీకు సర్వ్ చేసుకోవడానికి బదులుగా, "మీ తరువాత" చేసుకోవడం ద్వారా, మీరు దయ, దయగల వ్యక్తిగా పేరు పొందుతారు.

చాలా మందికి మొదట వెళ్ళే అవకాశం లభించినందుకు సంతోషంగా ఉంటారు, మీరు పదవి కోసం పోటీపడకుండా, తేలికగా, ఆత్మవిశ్వాసంతో ఉండటానికి ఇది బాగా ఉపయోగపడ్తుంది.; అంతకంటే ఆనందం ఏముంటుంది?

"సున్నితమైన ముఖం, ప్రేమపూర్వక పదాలు" అనే జెన్ సూక్తి ఉంది.

నేను ఇప్పటికే మూడవ భాగంలో దయగల ప్రసంగం గురించి చర్చించాను; సున్నితమైన ముఖం భిన్నంగా ఉంటుంది. ఈ పదబంధం బౌద్ధ గ్రంథం "అపరిమితమైన జీవితం యొక్క సుదీర్ఘ సూత్రం" నుండి వచ్చింది. ప్రశాంతమైన చిరునవ్వుతో,ఆలోచనాత్మక వ్యాఖ్యలతో ఇతరులతో సంభాషించడాన్ని ఇది మనకు నేర్పుతుంది.

ప్రశాంతమైన చిరునవ్వు, శ్రద్ధతో కూడిన వ్యాఖ్యలు రెండూ ఆధ్యాత్మిక దానం ఏడు బహుమతులలో చేర్చబడ్డాయి. "సున్నితమైన ముఖం, ప్రేమపూర్వకమైన మాటలు" మొదటిదానితో (ప్రశాంతమైన చిరునవ్వు) అలాగే రెండవది (పరిగణనాత్మక వ్యాఖ్యలు) తో ఆచరణలో పెట్టినప్పుడు, మనము ఏడు ఆధ్యాత్మిక దానాలలో రెండింటిని ఒకేసారి అందించినట్లు అవుతుంది..

"నీ తర్వాత" అనే పదబంధంతో ఇతరులకు లొంగిపోవడం అన్నది "సున్నితమైన ముఖం, ప్రేమపూర్వకమైన మాటలు" అనే అభ్యాసానికి ఉదాహరణగా ఉంటుంది. "సున్నితమైన ముఖం, ప్రేమపూర్వకమైన మాటలు" ప్రతిరోజూ ఆచరణలో పెట్టడం ద్వారా, మన పరిసరాలు ప్రశాంతంగా ఉండేలా, ఆనందాన్ని వ్యాప్తి చెందేలా చేయగలుగుతాము. మన సహజ స్వభావాన్ని, పెంపొందించు కోగలుగుతాము. ఇది నమ్మడానికి చాలా బాగుంటుంది.

జీవితం అనేది రోజుల సమాహారం. ప్రతిరోజూ సహజ స్వభావాన్నిపెంచుకుంటూ పోవడమన్నది సుదీర్ఘమైన బాట గుండా సంతృప్తికరమైన జీవితాన్ని సృష్టించడాన్ని సూచిస్తుంది.

మీ మార్గదర్శక సూత్రాలకు "మీ తరువాత" జోడించమని నేను మిమ్మల్ని కోరుతున్నాను.

34

"తార్కికాన్ని" ఉపయోగించవద్దు

ప్రతి ఒక్కరూ తమ పేరుని కాపాడుకోవడం చాలా ముఖ్యం

ఊహించని విధంగా తమ సంబంధాలను చెడగొడుతున్నారని చాలా మంది చెప్పడం విన్నాను.

దీని ఉద్దేశ్యం ఏమిటి?

అయితే ముందుగా "గెలుపు-విజయం" అనే ఆలోచనను పరిశీలిద్దాం... ఇది ప్రతి ఒక్కరికీ ప్రయోజనకరంగా ఉంటుంది. ఈ పదబంధం ఎప్పుడు వాడుకలోకి వచ్చిందో నాకు ఖచ్చితంగా తెలియదు, కానీ ఇది" ది 7 హాబిట్స్ ఆఫ్ హై ఎఫెక్టివ్ పీపుల్" రాసిన ప్రపంచ ప్రసిద్ధ రచయిత స్టీఫెన్ ఆర్ కోవీ ఆలోచన నుండి ఉద్భవించినట్లు అనిపిస్తుంది.

"పేరు ని కాపాడుకోవడం" అనే ఆలోచన, జపనీస్ భావనకు సంబంధించినది, ఈ ఆలోచనను వ్యాపార, వ్యక్తిగత సంబంధాల్లో దృష్టిలో పెట్టుకుంటే మంచిది.

మీరు చెప్పింది నిజమేనని పట్టుబట్టే ధోరణి, ఇతరుల మాట వినడానికి

నిరాకరించే ధోరణి మీకు ఉంటే, మీ సంబంధాలు దెబ్బతినడానికి, ప్రతిదీ విచ్ఛిన్నం కావడానికి ఎక్కువ సమయం పట్టదు.

"ఇది ఇంతే, నీకు అర్థం కావడం లేదు, నువ్వు చెప్పింది తప్పు!"

ఈ విధంగా, ఆ తర్కం మీ వైపు ఉందని నమ్మడం ద్వారా లేదా మీ అభిప్రాయాన్ని ఇతరులపై రుద్దడం ద్వారా, మీరు ఎప్పటికీ స్నేహితులను పొందలేరు.

మీరు మీ వాదనను సమర్థించుకునేటప్పుడు, అటోమేటిక్ గా ఎదుటి వ్యక్తి కంటే మీరు ఉన్నత స్థాయిలో ఉన్నాననే భావనలో ఉండి ఉంటారు. ఇది నమ్మకం, అవగాహన,

సంబంధాన్ని పెంపొందించదు.

అయితే ఆశ్చర్యకరంగా ఇలా మాట్లాడేవారు చాలా మందే ఉన్నారు.

ఇది చదివి, "మీరు ఈ విషయం ప్రస్తావించినప్పుడల్లా, నేను చెప్పింది సరైనదేనని ఎప్పుడూ పట్టుబట్టడమే కాదు, విషయాలను నాదైన పద్ధతిలోనే చేస్తాను" అని ఆలోచించేవారు,మీరు గ్రహించని మార్గాల్లో మీ సంబంధాలను గందరగోళపరుస్తున్నారు అనేదాన్ని గురించి కూడా ఆలోచించాలి. ఈ విధమైన ప్రవర్తన వల్ల జరిగే ప్రమాదంపై తీవ్రంగా చింతించే పరిస్థితి ఏర్పడవచ్చు.

తాము చెప్పేదానిపై ఎంతో నమ్మకంతో, తాము చెప్పింది కరెక్ట్ అని భావించే వ్యక్తులను మీరు ప్రతిచోటా చూడవచ్చు. కానీ ఒకరి అభిప్రాయాలు లేదా ఆలోచనలు మీ అభిప్రాయాలకు భిన్నంగా ఉంటే వాటిని నిర్లక్ష్యం చేయడం అపరిపక్వత.

ఎదుటివారి అభిప్రాయాలు, ఆలోచనా విధానాలతో మనం ఏకీభవించకపోయినా, న్యాయబద్ధమైనవని అంగీకరించడం ద్వారా,

కనీసం ఎదుటివారికి మన ఉదార స్వభావాన్ని తెలియజేయగలుగుతాము. అలా చేయడం వల్ల మీ స్థానం బలపడుతుంది. ఇది ప్రతి ఒక్కరూ పేరుని కాపాడుకోవడానికి, అనవసరమైన ఘర్షణను నివారించడానికి వీలు కల్పిస్తుంది.

తప్పులేని ఆలోచన లేదా అభిప్రాయం అనేదే లేదు. విషయాలను అనేక కోణాల ద్వారా చూడవచ్చు.

ఇతరుల ఆలోచనలను, అభిప్రాయాలను అంగీకరించడం వల్ల నా ఆలోచనలోని లోపాలను తెలుసుకోగలిగాను, నా తప్పులను గుర్తించడంలో నాకు సహాయపడిన సందర్భాలు ఎన్నో ఉన్నాయి.

పేరుని కాపాడుకునేలా వేరొకరిని అనుమతించడం అంటే మీరు వారికి లొంగిపోవడం లేదా మీ స్థానాన్నిదిగజార్చుకోవడమో కాదు.

దీనికి విరుద్ధంగా, పేరు నికాపాడుకోవడమంటే ప్రతి ఒక్కరు, స్వంత ఆలోచనను లోతుగా, విస్తరింప చేసుకోవడానికి, అలాగే సంబంధాలను సులభతరం చేయడానికి, పనిలో సత్ఫలితాలను ఉత్పత్తి చేయడానికి, వ్యక్తిగత అభివృద్ధిని పెంపొందించుకోవడానికి దోహద పడుతుంది అని గ్రహించాలి.

పేరుని కాపాడుకోవడానికి వేరొకరికి అవకాశం కల్పించడం ద్వారా, మీ అభిప్రాయాన్ని ఎంతో విశ్వాసంతో పరిగణనలోకి తీసుకునే అవకాశాన్ని మీరు కలిగిస్తారు, ఇది వారి నిజమైన భావాలను చర్చించడానికి సుముఖతను కలిగిస్తుంది. సానుకూల వాతావరణాన్ని సృష్టించి, సంబంధాన్ని బలోపేతం చేయడం ద్వారా ఎదుటివారి నుండి ఎంతోకొంత నేర్చుకునే అవకాశం కలుగుతుంది.

ఎదుటి వ్యక్తిని నోరెత్తనీయకుండా చేసి వాదించడం ద్వారా మీకు లభించేది శూన్యమైన విజయ భావన.

ప్రతి ఒక్కరూ పేరుని కాపాడుకునేలా, స్నేహపూర్వక పోటీపై ఆధారపడిన సంబంధానికి మీరు ఇష్టపడతారా? మీకు ఇప్పటికే సమాధానం తెలుసని నేను అనుకుంటున్నాను.

35

రోజుకు పది నిమిషాలు ప్రకృతిలో గడపండి

మీ ఆత్మ అకస్మాత్తుగా విముక్తి పొందే క్షణాన్ని కనుగొనండి

"చేయాల్సిన పనులు చాలా ఉన్నాయి... నాకు తెలిసేలోగా రోజు గడిచిపోతుంది."

ప్రజలు తమ జీవితాలను, ప్రతిదీ సూపర్ ఛార్జ్ చేయబడినట్లుగా చాలా వేగంగా గడుపుతారు. మేల్కొన్న ప్రతి క్షణం మన మెదడు అప్రమత్తంగా ఉంటుంది. మన అంతర్దృష్టి, సున్నితత్వం గణనీయంగా తక్కువ ప్రేరణను పొందుతున్నాయని నాకు అనిపిస్తోంది.

జ్ఞానం, విద్య కంటే అంతర్దృష్టి, సున్నితత్వం ప్రజలను ఒకదానితో ఒకటి బంధించే ముఖ్యమైన బంధాలు. బహుశా జీవితాలు ఇంత వేగంగా విస్తరిస్తున్నందు వల్లే ప్రజల అంతర్దృష్టి, సున్నితత్వం నీరసంగా మారి ఉండవచ్చు. ఇది ఇబ్బందికరమైన లేదా బలహీనమైన సంబంధాలకు దారితీస్తుంది.

మన అంతర్దృష్టి.సున్నితత్వాన్ని పని చేయడానికి ఉంచినప్పుడు మన మెదడులోని ఆలోచనా భాగాన్ని విశ్రాంతి తీసుకోవడానికి అనుమతించడం అవసరం అని నేను నమ్ముతున్నాను. నేను న్యూరో సైంటిస్టు ను కాదు కానీ మనం ఆలోచించడం ఆపివేసిన తర్వాత, న్యూరోట్రాన్స్మిటర్ సెరోటోనిన్ మెదడులోకి విడుదల అవుతుంది. ఇది మనల్ని రిలాక్స్ చేస్తుంది. మన అంతర్దృష్టి, సున్నితత్వాన్ని బలోపేతం చేస్తుంది.

జాజెన్ కు మీరు కూర్చున్నప్పుడు మీకు కలిగే అనుభవం ఇదే.

కానీ రోజుకు ఒకసారి జాజెన్ సాధన చేయడం కష్టం అని నేను అర్థం చేసుకున్నాను.

కాబట్టి ప్రకృతిని అనుభవించడానికి సమయం కేటాయించాలని నేను మీకు సిఫార్సు చేయాలనుకుంటున్నాను.

"అంతా బాగానే ఉంది, కానీ నేను నగరంలో నివసిస్తున్నాను, అక్కడ ప్రకృతిని ఆస్వాదించడం అంత సులభం కాదు...

బాగానే ఉంది. నగరాలు గుమ్మం వెలుపల అడుగు పెట్టిన వెంటనే ప్రకృతిలో ఉండే ప్రదేశాలు కాకపోయినా మీరు ఇప్పటికీ ప్రకృతిని చిన్న స్థాయిలో అనుభవించగలరు.

ఉదయాన్నే, కిటికీ తెరవండి, లేదా, మీ అపార్ట్మెంట్ బాల్కనీ ఉంటే, బయటకు వచ్చి గాలి శబ్దాన్ని లేదా పక్షుల కిలకిలారావాలను వినవచ్చుగా? ఏయే చెట్లు, పూలు వికసిస్తున్నాయో చూసేందుకు దగ్గర్లోని పార్కుకు వెళ్లొచ్చు. లేదా మారుతున్న ఋతువు, చంద్రుని దశలను గమనించడానికి రాత్రిపూట మీ కిటికీ నుండి చూడండి.

ఎక్కువ సేపు ఉండాల్సిన అవసరం లేదు. మీకు ఎంత సమయం ఉన్నా, మీరు ప్రకృతిని అనుభవిస్తున్నప్పుడు మీ మనస్సును ఖాళీగా

ఉంచండి. మీ అంతర్దృష్టి లోతుగా ఉండటానికి, మీ సున్నితత్వాన్ని తిరిగి పొందడానికి ఈ సమయాన్ని ఉపయోగించండి.

"మీరు పువ్వును చూసినప్పుడు, పువ్వును ఆస్వాదించండి, చంద్రుడిని చూసినప్పుడు, చంద్రుడిని ఆస్వాదించండి" అని జెంగో సూక్తి.

ప్రకృతిలో జరిగే ప్రతి వ్యవహారాన్ని సంపూర్ణంగా అనుభవించాలన్నది దీని అర్థం.

మరో మాటలో చెప్పాలంటే, అనవసరమైన విషయాల గురించి చింతించకండి; మీ మనస్సును కదిలించండి. మీ శరీరాన్ని,ఆత్మను ప్రకృతికి అప్పగించండి.

మీ ఉదయాలు చాలా బిజీగా ఉన్నాయని మీకు అనిపిస్తే, లేదా సమీపంలో పార్కు లేకపోతే లేదా చంద్రుడిని చూడటానికి మీకు రాత్రిపూట సమయం లేనప్పుడు... పనిలో పది, పదిహేను నిమిషాల విరామం తీసుకుని పైకప్పుపైకి వెళ్లి సాయంకాలపు ఎండను చూడటం లేదా కింద ఉన్న పార్కులోని పచ్చదనాన్ని చూడటం ఎలా?

"సూర్యుడు ప్రతిరోజూ కొంచెం ముందుగానే అస్తమిస్తున్నాడు."

"అయ్యో, జింకో చెట్ల ఆకులు రంగు మారడం మొదలెట్టాయి."

మీరు ప్రకృతితో మమేకం కావడం వల్ల అకస్మాత్తుగా ఈ ఆలోచనలు మీకు వస్తాయి. మీరు క్రమంగా మీ అంతర్దృష్టి, సున్నితత్వాన్ని లోతుగా తీసుకెళ్లడం ప్రారంభించినప్పుడు, మీ మనస్సు మీ రోజువారీ పరస్పర చర్యల చికాకులు, తలనొప్పి నుండి విముక్తి పొందుతుంది.

ఇప్పుడు, మెదడును ఉపయోగించడం మానేసి, అంతర్దృష్టిని, సున్నితత్వాన్ని పెంపొందించుకుందాం.

36

ప్రజలు మిమ్మల్ని మళ్లీ చూడాలని కోరుకునేలా చేయండి

తేజస్సును పెంపొందించే జెన్ పద్ధతి

సామాజిక సంబంధాలకు ఒక ముఖ్యమైన సూత్రం లో కీలకమైనది చైనీస్ అక్షరం "恕" (జో).

మనలో చాలా మంది తమ సంబంధాలు దెబ్బతిన్నాయని లేదా వ్యక్తులతో తాము సరిగా సంభాషించలేక పోతున్నామని భావిస్తారు.

కానీ సామాజిక పరస్పర చర్య మన జీవితంలో చాలా ముఖ్యమైన భాగం.

ఉదాహరణకు, ఒక పనికి సంబంధించి, "ఆ క్లయింట్ ను కలవడం చాలా అలసటగా ఉంది" అని మీరు భావిస్తే మీకు, క్లయింటుకు గల సంబంధం ఉత్పాదకంగా ఉండే అవకాశం లేదు. లేదా మీ పొరుగు వారి సమావేశానికి హాజరు కావాలనే ఆలోచనే మీకు నిరాశను కలిగించినా, ఇతరులతో కలవడం కష్టమని భావించినా, మీరు మీ సంఘంలో జీవించడాన్ని ఆస్వాదించలేరు.

సాంఘికీకరణ పట్ల విరక్తి కలిగి ఉండటం వల్ల జరిగే నష్టం ఏమిటంటే ఇది మరింత మానసిక ఒత్తిడి కలిగిస్తుంది.

"అయితే దీని గురించి చేయగలిగింది ఏమీ లేదు కదా?"

మీరు అదే అనుకుంటున్నారా?

నా అభిప్రాయం ప్రకారం, దీనినుండి బయటపడే మార్గం అంత కష్టమేమీ కాదు.

ముఖ్యమైనది నేను ఇంతకు ముందు ప్రస్తావించిన చైనీస్ అక్షరం, 恕 (జో).

కన్ఫ్యూషియస్, అతని శిష్యులలో ఒకరైన జిగాంగ్ మధ్య సంభాషణకు సంబంధించి కన్ఫ్యూషియస్ సేకరణలలో ఇది కనిపిస్తుంది. శిష్యుడు గురువును జీవితాంతం ఆచరించవలసిన అతి ముఖ్యమైన అభ్యాసం ఏమిటని అడిగాడు.

కన్ఫ్యూషియస్ ఇలా జవాబిచ్చాడు:

"恕 గురించి ఏమిటి?"

恕 అక్షరం నిర్వచనం చాలా చర్చనీయాంశమైంది. కొంతమంది దాని అర్థం "పరస్పర చర్య" లేదా "సహానుభూతి" లేదా బహుశా "క్షమాపణ" అని కూడా అంటారు. కన్ఫ్యూషియస్ తన శిష్యుడి ప్రశ్నకు వివరంగా సమాధానమిచ్చాడు.

"మీకు నచ్చని పనిని ఇతరులకు చేయకండి." సుపరిచితమైన సామెత.

ఇది 恕 (జో) అక్షరం స్ఫూర్తి...

ఇది సామాజిక సంబంధాల సూత్రం, ఇది పరస్పర సంబంధం

సారాంశం. ఏదైతే మీకు నచ్చదో దానిని ఇతరులకు చేయకండి. ఈ సాధారణ నియమాన్ని మాత్రమే పాటిస్తే, మీ సామాజిక నైపుణ్యాలు మెరుగుపడటం మీరు ఖచ్చితంగా చూస్తారు.

"ఎవరైనా ఆలస్యంగా వచ్చినప్పుడు నాకు కోపం వస్తుంది."

"ఆ కుర్రాడి అహంకారం చాలా అసహ్యకరమైనది."

"ఆమె తన స్వరాన్ని వెంటనే పెంచి గట్టిగా మాట్లాడడంతో ఆమెకు ఏమి చెప్పాలనుకుంటున్నానో నేను చెప్పలేకపోతున్నాను."

ఇతరులలో మీకు నచ్చని విషయాలు చాలా ఉన్నాయని నేను అనుకుంటున్నాను. అటువంటి పనులు చేయకూడదని నిర్ణయించుకున్నప్పుడు, మీరు అనేక సానుకూల మార్పులను చూస్తారు.

మీరు ఎల్లప్పుడూ సమావేశాలకు సమయానికి హాజరవుతే, ఇతరులు మిమ్మల్ని విశ్వసనీయంగా భావిస్తారు; మీరు మర్యాదగా లేదా మర్యాదగా ఉండటానికి ప్రయత్నిస్తే, ఇతరులు మిమ్మల్ని వారికి ముఖ్యమైన వ్యక్తిగా భావిస్తారు. ప్రశాంతంగా మాట్లాడే విధానం ఇతరులతో అనుబంధాన్ని పెంపొందిస్తుంది.

విశ్వసనీయత, ఎదుటివారి పట్ల శ్రద్ధ, సంతోషం, తృప్తి, అనుబంధం... ఇవన్నీ ఇతరులతో మీ సంబంధాలపై సానుకూల ప్రభావాన్ని చూపుతాయి. మీ సామాజిక విరక్తి త్వరలోనే తొలగిపోతుంది.

ఇతరులు మీకు సంతోషం కలిగించే పనులు చేసినప్పుడు, ఇతరులకు మీరు చేసే పనులలో చురుకుగా ఉండడం ద్వారా మీరు మరొక అడుగు ముందుకు వేయవచ్చు, ఇవన్నీమీకు ఆనందం కలిగించే, కృతజ్ఞతా భావాన్ని కలిగించే విషయాలు.

ఉదాహరణకు, ఒకసారి మీరు ఒక క్లయింట్ ఆఫీసు దగ్గర

ఆగిపోయినప్పుడు వారు మీకు ఎంత దయతో కృతజ్ఞతలు తెలిపారో మీరు హృదయపూర్వకంగా గుర్తు చేసుకుంటారు; లేదా మీరు ఇమెయిల్ పంపినప్పుడల్లా వెంటనే స్పందించే వ్యక్తికి మీరు కృతజ్ఞతతో ఉంటారు; లేదా ఒక సహోద్యోగి అందరికీ కాఫీ తీసుకురావడాన్ని మీరు గమనించకుండా ఉండలేరు... మీ పట్ల ఇతరులు చూపిన వినమ్రతా భావాలలో కొన్నింటిని ఇతరులకు చూపడానికి మీరు ప్రయత్నించవచ్చు.

కన్ ఫ్యూషియస్ మాటలను మనం పాటిస్తే మంచిది:

"మీకు నచ్చని పనిని ఇతరులకు చేయవద్దు."

దీనిని ఆచరణలో పెట్టడం ద్వారా, మీరు మీ తేజస్సును అభివృద్ధి చేయడం ప్రారంభించారని కనుగొంటారు. ప్రజలు కూడా మిమ్మల్ని గురించి తెలుసుకోవాలని అనుకుంటారు.

పరస్పర చర్య అనే కన్ఫ్యూషియన్ భావన స్ఫూర్తితో,డోజెన్ జెంజీ ఇలాంటి సూక్తినే బోధించాడు, దీనిని అతను డోజీ అని పిలిచాడు.

ఇతరులు సంతోషంగా ఉన్నప్పుడు లేదా దుఃఖంగా ఉన్నప్పుడు, మనం కూడా వాటిని అనుభూతి చెందాలని ఆయన చెప్పాడు

ఇప్పుడు చెప్పండి, మీరు ఇప్పటికీ సాంఘికీకరించడానికి అదే విరక్తిని అనుభవిస్తున్నారా?

37

లోపాలను వెంటనే అంగీకరించండి

మాటల్లోనే కాదు,
భావోద్వేగాలతో కూడా చెప్పే ప్రయత్నం చేయండి

మీ స్నేహితులతో మీకు ఎలాంటి చరిత్ర ఉంది?

సుదీర్ఘ స్నేహంలో అపార్థాలు లేదా తప్పుగా అర్థం చేసుకునే విషయాలు తప్పవు. ఇవి స్నేహితుల మధ్య చీలికలకు దారితీస్తాయి.

ఎప్పుడూ గొడవ పడని మంచి స్నేహితులు ఎవరైనా ఉంటే నేను ఆశ్చర్యపోతాను. మీరు దానిని ఎలా నిర్వహిస్తారు, ఎలా సర్దుబాటు చేసుకుంటారు అనేది ముఖ్యం. మీరు అజాగ్రత్తగా ఉంటే, మీరు సృష్టించడానికి కష్టపడిన బంధం విచ్ఛిన్నం కావచ్చు.

అపార్థం లేదా మనస్ఫూర్తిగా చెప్పని క్షమాపణ నిజమైన సంబంధాన్ని నాశనం చేయడానికి అనుమతించడం సిగ్గుచేటు. అది లేకపోతే మీ జీవితంలో ఉత్సాహం తగ్గిపోతుందని చెప్పడం అతిశయోక్తి కాదు.

"మీ తప్పులను సరిదిద్దుకోవడంలో ఆలస్యం చేయకండి."

ఇది కన్ఫ్యూషియస్ సేకరణలలోని ప్రసిద్ధ సామెత, కానీ దీనిని ఆచరణలో పెట్టడం కష్టం. మీరు చేసిన పని ఒక సమస్యకు కారణమైందని మీరు గ్రహించినప్పటికీ, కొన్ని కారణాల వల్ల మీరు క్షమాపణ చెప్పడానికి వెనుకాడతారు. ఇంత మంచి స్నేహితుడికి పశ్చాత్తాపం వ్యక్తం చేయడం నిజంగా అంత కష్టమా?

దానికి ఆ సేకరణలలో ఇలా చెబుతాడు:

"తప్పు చేయడం, తన పంథాను మార్చుకోకపోవడం కూడా తప్పే."

తప్పు చేసి క్షమాపణ చెప్పకపోవడమనేది పొరపాటే. క్షమాపణ చెప్పాలా వద్దా అని మీరు తర్జనభర్జన పడుతున్నప్పుడు, పరిస్థితి మరింత క్లిష్టంగా మారుతుంది.మీరు సంబంధాన్ని మరమ్మతు చేసుకోలేకపోవచ్చు.

క్షమాపణ ఎల్లప్పుడూ తక్షణం, వ్యక్తిగతంగా ఉండాలి. మీరు ఏదైనా చేయడానికి ఎక్కువసేపు వేచి ఉంటే, ఆ పని మరింత కష్టమవుతుంది. క్షమాపణలు చెప్పే విషయం కూడా అంతే.

ఒకవేళ క్షమించమని వెంటనే అడిగినప్పటికీ సయోధ్యకు ప్రయత్నించకుండా ఉంటే కాలం గడుస్తున్న కొద్దీ ఇరువురి మధ్య సత్సంబంధాలు నెలకొనడం మరింత కష్టమవుతుంది. అవతలి వ్యక్తి ఎలా ఫీలవుతాడో ఊహించడం కష్టం కాదు.

" వెంటనే సారీ చెప్పినప్పుడు, అతను నిజంగా అర్థం చేసుకోలేదని అనిపిస్తుంది... "ఈ వ్యక్తికి ఏమైంది? నన్ను బాధపెట్టాడని అతను గ్రహించాడా అని నేను ఆశ్చర్యపోతున్నాను... "బహుశా అతను అలాంటి వ్యక్తేనేమో. నేనెప్పుడూ అలాంటివాడని అనుకోలేదు... చివరగా "ఎంత మోసం!" ఆయనతో ఇంతకాలం స్నేహం చేశానంటే నన్ను నేనే నమ్మలేకపోతున్నాను.

కాబట్టి వ్యక్తిగతంగా క్షమాపణ చెప్పడం కూడా చాలా ముఖ్యం.

జెన్ లో, మనకు మెంజు అనే పదం ఉంది, అంటే ముఖాముఖి అని అర్థం.

.బౌద్ధమతం ముఖ్యమైన బోధనలను గ్రంథం లేదా రచనలలో కాకుండా, ప్రత్యక్షంగా, ఒకరి సమక్షంలో తెలియజేయడానికి గురువు, శిష్యులు ముఖాముఖి కలవడాన్ని ఇది సూచిస్తుంది.

క్షమాపణ చెప్పడానికి ఇది ఖచ్చితంగా వర్తిస్తుంది.

ఇమెయిల్ మన కమ్యూనికేషన్ ప్రధాన రూపంగా మారినప్పటికీ, మీరు నిజంగా ఎలా భావిస్తున్నారో లేదా మీరు నిజంగా ఏమి ఆలోచిస్తున్నారో ఒకరికి తెలియజేయడానికి ఇది సరిపోదు.

ఎవరైనా మీకు క్షమాపణ చెప్పాలనుకుంటే ఆలోచించండి. "మొన్న క్షమించండి" అని ఇమెయిల్ వస్తే, మీరు హృదయపూర్వక క్షమాపణ పొందినట్లు భావిస్తారా? లేక ఈమెయిల్ ద్వారా అలా చేసినందుకు మీరు బాధపడతారా?

ఇది క్షమాపణలకు మాత్రమే పరిమితం కాదు. ఏదైనా నిజమైన భావాలను వ్యక్తిగతంగా మాత్రమే నిజాయితీగా వ్యక్తపరచవచ్చు. పశ్చాత్తాపం, అభిప్రాయాలు, ఇతరులపట్ల శ్రద్ధ-వీటిని ప్రత్యక్షంగా, వ్యక్తిగతంగా తెలియజేయడం చాలా ముఖ్యం. మీ భావన యొక్క నిజమైన లోతు శారీరక హావభావాల ద్వారా మాత్రమే కనిపిస్తుంది. మీ ముఖ కళవళికలు, మీ స్వరం. మీ హావభావాల వ్యక్తీకరణ,

ఇది ముఖాముఖిగా మాత్రమే చూడవచ్చు.

38

సహాయం కోసం అడగడానికి వెనుకాడవద్దు

ఎవరైనా చేయూత ఇవ్వడానికి అవకాశం ఉంది

"గేటు తెరిస్తే దీర్ఘాయుష్షు, సంతోషం దొరుకుతాయి" అనేది జెంగో సూక్తి.

అంటే పారదర్శకంగా, నిజాయితీగా ఉండటం వల్ల చాలా మంచి విషయాలు జరుగుతాయి.

మీరు కష్టకాలంలో ఉన్నప్పుడు, ఇబ్బందులు ఎదుర్కొన్నప్పుడు, సొంతంగా నిర్వహించవలసినవి చాలా ఉన్నప్పుడు... వాటన్నింటినీ మీరే భుజాలపై వేసుకోవాల్సిన అవసరం లేదని తెలుసుకోండి.

అన్ని మనసులోనే దాచుకోకుండా బయటకు రండి. మీకు మద్దతు అవసరమైనప్పుడు, భారాన్ని మీ స్వంతంగా మోయడానికి బదులుగా, సహాయం అడగడం మంచిది.

వినయం, పట్టుదల గర్వించదగిన లక్షణాలు, కానీ అవి కూడా కష్టాన్ని కలిగించే సందర్భాలు ఉన్నాయి.

ఒక సాధారణ ఉదాహరణ సంరక్షణ. వృద్ధ జనాభా ఉన్న సమాజాలలో, సంరక్షణ అవసరమయ్యే వృద్ధుల సంఖ్య పెరుగుతూనే ఉంటుంది, ఇది కుటుంబాలపై చాలా భారాన్ని కలిగిస్తుంది.

"నా తండ్రి, లేదా తల్లి... లేదా భర్త లేదా భార్య... కాబట్టి నేను వారిని జాగ్రత్తగా చూసుకోవాలి.... అని ప్రజలు అనుకుంటారు, కాబట్టి ఎంత కష్టమైనా, ఎంత కష్టం వచ్చినా, ఫిర్యాదు లేకుండా చేస్తూనే ఉంటారు. పెద్దవారు త్వరలోనే వృద్ధాప్యం లోకి అడుగిడుతారు, వారికి సంరక్షకులుగా ఉండాల్సివస్తుంది. వృద్ధుల సంరక్షణ అనేది అస్థిరమైన పరిస్థితికి దారితీస్తుంది. తరచుగా చెడుగా ముగుస్తుంది.

పని ప్రదేశాల్లో కూడా ఇబ్బందులు భరించలేనివిగా మారతాయి. కరోషి, లేదా అధిక పని వల్ల మరణం అనేది కూడా సంభవించవచ్చు. సహోద్యోగులతో ఘర్షణ లేదా సూపర్ వైజర్ వేధింపుల వల్ల నిరాశతో కుంగిపోవడం జరుగవచ్చు. ప్రజలు తమ ఓర్పు పరిమితులకు మించి బాధపడవచ్చు.

దయచేసి ఆ భారాన్ని మీపై వేసుకుని మోయకండి. సహాయం అడగడానికి సంకోచించకండి. కేవలం మీ భావాలను వ్యక్తపరచడం ద్వారా, మీరు మీ మనస్సును తేలికపరుచు కోగలుగుతారు. ఎవరైనా సహాయం చేయడానికి ముందుకు వస్తారు.

"బాధను స్వీకరించి కలిసి భరించగలిగితే, ఆనందమే."

నోబెల్ శాంతి బహుమతి గ్రహీత మదర్ థెరిసా చెప్పిన మాటలు ఇవి. మనమే మొదటి నుంచీ నిర్మొహమాటంగా, నిజాయితీగా ఉండి, మన బాధను మాటల్లో పెడితే, అది మన కష్టాలను తగ్గించడానికి సహాయపడే వారి చెవులకు చేరుతుంది. మన కష్టాలను ఇతరులు పంచుకోవడం వల్ల అవి ఆనందంగా మారుతాయి.

సంకోచించాల్సిన అవసరం లేదు.

మీరు ఇప్పుడు ఎవరితోనైనా ఏమి మాట్లాడాలనుకుంటున్నారు?

39

మంచి శ్రోతగా ఉండండి

సంబంధం అంటే ఇచ్చిపుచ్చుకోవడం

"ఆ వ్యక్తి ఎప్పుడూ ఏడుపు, ఫిర్యాదులు మాత్రమే చేస్తుంటాడు. అతని దగ్గర ఉండటం చాలా కష్టంగా ఉంది తట్టుకోలేకపోతున్నాను."

"ఆమె ఆత్మన్యూనత వినడమే నా పని అయిపోయింది !"

ఇలాంటివి దాదాపు ప్రతిరోజూ వింటూనే ఉంటాం.

ఇది తమాషాగా జరిగినా, లేదా లోతుగా జరిగే సంభాషణ అయినా, ఎవరికైనా తెలియ చేయడంలో ముఖ్యమైన విషయం సహజంగా వెనుకకు, ముందుకు జరుగుతూ ఆడే క్యాచ్ ఆట వంటిది. పనిలోనూ, జీవితంలోనూ కూడా ప్రధాన కమ్యూనికేషన్ సాధనంగా ఈమెయిల్, మెస్సేజ్ చేయడం వల్ల ఒకరి ముఖాలను మరొకరు చూసుకోలేకపోవడమే కాదు, క్షణికమైన ఉద్వేగాన్ని సృష్టించుకోలేకపోతున్నాం, దాంతో మనం చెప్పదలుచుకున్న విషయాలు మనలోనే పేరుకుపోతాయి.

కాబట్టి ప్రజలు అప్పుడప్పుడు వారిలో అణచిపెట్టుకుని ఉన్న

కొన్ని ఫిర్యాదులను బయటకు పంపేయాలని అనుకుంటున్నారని అర్థం చేసుకోవచ్చు. అలా చేయడం ఒత్తిడిని తగ్గించడంలో సహాయపడుతుంది.

ఈ సందర్భంలో ఫిర్యాదు చేసే వ్యక్తి ఎక్కువగా మెచ్చుకునేది నైపుణ్యం కలిగిన శ్రోతను. వారు తమ హృదయాన్ని విప్పి బయట పెడుతున్నప్పుడు, అవతలి వ్యక్తి "ఎక్కువ ఫిర్యాదులు?" చెబుతున్నట్లుగా అసహ్యకరమైన ముఖం పెడితే లేదా వారు శ్రద్ధగా వినడం లేదని స్పష్టంగా అనిపిస్తే, అది వారి ఒత్తిడిని తేలికపరచడానికి బదులుగా పెంచడమే కాక వ్యతిరేక ప్రభావాన్ని చూపుతుంది. ఇది వాస్తవానికి వారిని వ్యక్తిగత ద్వేషం వైపు నడిపిస్తుంది.

ఒక శ్రోతగా, మీరు గ్రహించవలసిన విషయం ఏమిటంటే, సంభాషణకు అంతరాయం కలిగించకుండా లేదా దాని ప్రవాహానికి ఆటంకం కలిగించకుండా ఉంటూ,అందుకు బదులుగా- అవతలి వ్యక్తి చెప్పేదాన్ని ధృవీకరించడానికి, మీ అభిప్రాయాన్ని తెలియజేయడానికి, వారి పట్ల సానుభూతి చూపేలా ఉండాలి.

"నాతో ఎవరైనా అలా చెప్పి ఉంటే, బహుశా నేను దానిని కోల్పోయేవాడిని."

"నాకు అర్థమైంది. దాని గురించి కోపం రావడం సహజం."

ఇలాంటి ప్రతిస్పందనలు మీ సానుభూతిని సూచిస్తాయి. మీరు వారి మాటలు వింటున్నారని స్పష్టం చేసినప్పుడు, అవతలి వ్యక్తి కి వారి ఫిర్యాదు అసమంజసంగా అనిపించదు. ఇది ప్రధానంగా ఒత్తిడి నివారిణిగా పనిచేస్తుంది.

వాస్తవానికి, అవతలి వ్యక్తి అటువంటి అద్భుతమైన శ్రోతకు తిరిగి ఉపకారం చేయడానికి వెనుకాడకూడదు. మరోసారి ఆ వ్యక్తి గొణుగుతున్నట్లుగా అనిపించినా అదే శ్రద్ధతో వినాలి.

ఈ ఇచ్చిపుచ్చుకోవడాలు అనేది సంబంధాలను నిలిపి ఉంచడానికి దోహదపడే అంశం. సంబంధం అభివృద్ధి చెందడానికి, లోతుగా ఉండటానికి మీకు అవసరమైనప్పుడు ఇతరులను వారి ఫిర్యాదులను చెప్పడానికి అనుమతించడం.

"చల్లని గాలి ప్రకాశవంతమైన వెన్నెలను దూరం చేస్తుంది, ప్రకాశవంతమైన వెన్నెల చల్లని గాలిని దూరం చేస్తుంది" అనే జెన్ పదబంధం ఉంది.

చల్లని గాలి, ప్రకాశవంతమైన వెన్నెల రెండూ అందంగా ఉన్నప్పటికీ, అందులో ప్రతి ఒక్కటి తమ వంతు బాధ్యతను నిర్వర్తిస్తూ అందాన్ని పెంచుతాయి.

దీనిని మానవ సంబంధాలకు వర్తింపజేస్తే, ఒక స్నేహితుడు మరొకరిపై ఆధారపడినప్పుడు, అతను వారికి మద్దతు ఇస్తాడు అని చెప్పుకోవచ్చు. ప్రతి వారు అవసరమైనప్పుడు ఒకరిపై మరొకరు ఆధారపడటం అనేది సంబంధాన్ని మరింత పటిష్ట పరిచే దిశగా నమ్మకాన్ని పెంపొందిస్తుంది.

వాస్తవానికి, ఇద్దరు వ్యక్తులు పరస్పరం ఒకరి విషయాలు ఒకరు విన్నప్పుడు వారి మధ్య బంధం మరింత బలపడుతుంది.

నేను బౌద్ధమతం ఏడు బహుమతులను ప్రస్తావించాను, వాటిని ఆధ్యాత్మిక దానం అని పిలుస్తారు, ఇవి మనం ఇతరులకు ఇవ్వగల బహుమతుల అభ్యాసం.

దానములలో ఒకటి "దయగల హృదయము".

దయగల హృదయం అంటే ఇతరుల పట్ల సానుభూతి చూపడం. ఒకరి సమస్యలను వినడానికి సమయాన్ని వెచ్చించడం. ఇది నిస్సందేహంగా సానుభూతితో కూడిన సంకేతం. ఇతరులకు ఈ బహుమతి ఇవ్వడం

అభ్యాసం చేసే అవకాశాన్ని మీరు ఉపయోగించుకో గలగాలి ఎందుకంటే ఈ బహుమతుల సాధన జెన్ శిక్షణలో ఒక ముఖ్యమైన భాగం, ఇతరులను ఇబ్బంది పెట్టే వాటిని వినడం మీ స్వంత హృదయాన్ని గౌరవించడానికి ఒక మార్గం కావచ్చు. ఇది ఒక మనిషిగా మీ ఉదారతను పెంచడానికి సహాయపడుతుంది.

40

లాభనష్టాలపై ఆధారపడి నిర్ణయాలు తీసుకోవద్దు

వ్యక్తిగత లాభంపై ఆధారపడని సంబంధాలు స్వయంగా ప్రకాశిస్తాయి

జీవితంలో ఎన్నో మైలురాళ్లు, మలుపులు ఉంటాయి.

ఈ సమయాల్లో మనం దారి తప్పవచ్చు, లేదా ఆందోళనలు, సందేహాలతో సతమతమౌతాం.

అవి మనల్ని ఏదో ఒకటి ఎంపిక చేసుకునే పరిస్థితి కలిపిస్తాయి. ఏమి చేయాలో నిర్ణయించడానికి మనకు కొన్ని ప్రమాణాలు అవసరం. సహజంగానే ఇవి మన విలువలతో ముడిపడి ఉంటాయి.

ఉదాహరణకు, మీరు ఉద్యోగం కోసం చూస్తున్నప్పుడు, పని స్వభావం, జీతం, ప్రయోజనాలు, సెలవు సమయం, పని ఎంత డిమాండ్ చేస్తుంది, అది ఏ రకమైన హోదాను ఇస్తుంది, కార్యాలయం స్థానం, ఇతర విషయాలను పరిగణనలోకి తీసుకుంటారు. మీరు నష్టాలకు

వ్యతిరేకంగా ప్రయోజనాలను లేదా నష్టాల నుండి లాభాలను తూకం వేస్తారు.

ఇలాంటి లాభనష్టాల ప్రమాణాలు వ్యక్తుల సంబంధాల్లో కూడా పాత్ర పోషిస్తాయి. వ్యక్తుల గురించి తెలుసుకున్నప్పుడు లాభనష్టాలను లెక్కిస్తాం. ఇది ఇలా అనిపించవచ్చు:

"నేను ఈ వ్యక్తిని కలిశాను-అతను ఫలానా కంపెనీలో పనిచేస్తున్నాడు. అతను మాకు పెద్ద క్లయింట్, కాదా? నేను ఖచ్చితంగా అతని గురించి బాగా తెలుసుకోవాలి. రేపు అతనికి ఫోన్ చేస్తాను."

"ఓహ్, ఆమె ఒక సబ్ కాంట్రాక్టర్ మాత్రమే కదా? సరే, ఆమె గురించి తెలుసుకోవడానికి నేను పెద్దగా శ్రమపడాల్సిన అవసరం లేదు."

మీరు కొన్ని సంబంధాలను పెంచుకోవచ్చు ఎందుకంటే అవి మీకు సహాయపడతాయి లేదా ప్రయోజనకరంగా ఉంటాయి లేదా మీకు ఏ ప్రయోజనం లేదని అనుకున్నప్పుడు ఎవరినైనా తోసిపుచ్చవచ్చు.

పని వెలుపల కూడా, మీరు అతనికి ఏదైనా ఇచ్చినా, ఎటువంటి ప్రయోజనం లేదని భావించిన వ్యక్తిని తిరస్కరిస్తూ, ఉదారంగా చెక్ తీసుకునే వ్యక్తిని సంతోషపెట్టడానికి మీరు ప్రయత్నించవచ్చు.

వాస్తవానికి, ఈ ప్రపంచం కేవలం ఆదర్శవాదులతో మాత్రమే నిర్మించబడలేదని, మీరు ఎవరైనా సరే, కొంచెం లెక్కింపు అమలులోకి వస్తుందని గ్రహించాను.

అయితే, మన సంబంధాలను అవసరానికి ఆధారం చేసుకోకూడదు.

అలా చేయడం చాలా ముఖ్యం అని మీకు అనిపించడంతో అలాంటి వారికోసం వెతకడం అన్నది నిరుపయోగంగానే ముగుస్తుంది. వారిని కించపరచడం లేదా వారు చెడు వైపు వెళ్లడం ఇష్టం లేకపోవడంతో మీరు

ఎల్లప్పుడూ మందలించడం లేదా పొగడటం చేస్తారు, మీరు మొండిగా మారడంతో మీ మధ్య సంబంధాలు అసమతుల్యంగా మారతాయి.

మీపై అవతలి వ్యక్తి ఆధిపత్యం, మీరు వారి క్రిందికి పోవడంతో సంబంధం అసమతుల్యతను కలిగి ఉంటుంది.

వీటన్నిటి మధ్య, మీ ఆత్మ మసకబారుతుంది. నిస్సత్తువ ఆవహిస్తుంది. చురుకుదనం, ఆత్మవిశ్వాసం కోల్పోతారు.

జెన్ లో ఒక సామెత ఉంది, "సర్వోన్నత మార్గానికి ఎటువంటి కష్టం తెలియదు, ఏరడం, ఎంచుకోవడం మానుకోండి."

సర్వోన్నత మార్గం జ్ఞానోదయ మార్గాన్ని సూచిస్తుంది. జ్ఞానోదయాన్ని చేరుకోవాలంటే, మనం చాలా కఠినమైన శిక్షణ, సాధనను అనుసరించాలని మనము అనుకుంటాము, కాని అది నిజం కాదు. జ్ఞానోదయ మార్గం ఎంతమాత్రం కష్టమైన పనేమీ కాదు. బేరీజు వేసుకోవడం అనేది మనం సుతారాము చేయకూడని విషయం. అన్ని అవకాశాలను తూకం వేయడం ఆధారంగా నిర్ణయాలు తీసుకోలేము, ఎంచుకోలేము. అదే ఈ జెన్ పదబంధం అర్థం.

ఆనందమయమైన జీవితాన్ని గడపడమే జ్ఞానోదయానికి మార్గం అని అందరూ అనుకుంటారు. కానీ ఇలాంటి జీవితాన్ని గడపాలంటే మనం బేరీజులు వేయడం మానేయాలి–మనం అంత నిర్దిష్టంగా ఉండకూడదు.

లాభనష్టాలను బేరీజు వేయడమే ఇందుకు ప్రధాన ఉదాహరణ.

ప్రతిదాన్ని బేరీజు వేయడమే పనిగా పెట్టుకున్నప్పుడు, మీరు మంచి వ్యక్తులతో సంబంధాలను ఏర్పరచుకోలేరు. మంచి జీవితాన్ని గడపలేరు, మీ కోసం ప్రకాశవంతమైన, సంతోషకరమైన మార్గాన్ని సృష్టించుకోలేరు.

“హోగెజాకు” అనే మరో జెన్ వ్యక్తీకరణ ఉంది, దీని అర్థం, “అన్నింటినీ విడిచిపెట్టండి.”

లాభనష్టాల జోలికి పోకుండా ముందుగా వదిలేయాలి. దీన్ని వదిలేస్తే జీవితంలో ముఖ్యమైన విషయాలను మరింత స్పష్టంగా చూడగలుగుతాం.

ఐదవ భాగము

మీరు విషయాల గురించి ఆందోళన చెందే పద్ధతి మార్చుకోండి మీ జీవితం మంచిగా మారుతుంది

డబ్బు, వృద్ధాప్యం, అనారోగ్యం, మరణం మరెన్నో

41

డబ్బు

డబ్బు ఇంకా ఎక్కువ కావాలనే కోరిక
ప్రతిదీ కష్టతరం చేస్తుంది.

మనిషి కోరికలు ఎలాంటివంటే "హిమాలయాలను బంగారంగా మార్చినా సంతృప్తి చెందరు." ఇవి బుద్ధుని మాటలు.

మనిషి కోరికకు అవధులు లేవు. దానికి హద్దు లేదు.

కోరిక కి గొప్ప వ్యక్తీకరణ డబ్బు.

డబ్బు కోసం మన అన్వేషణకు అంతం లేదు. మనకు ఏదైనా కావాలనుకుంటే, దానిని పొందడానికి మనం డబ్బును పొదుపు చేస్తాము. కానీ ఒకసారి మనం దానిని సంపాదించిన తర్వాత, త్వరలోనే మరొకటి లేదా మరో మంచిదాన్ని కావాలనుకుంటాము. దాంతో మనము మరింత డబ్బును కోరుకుంటాము.

అంతిమంగా, మనం కోరుకునేది ఇక ఏమీ లేనప్పటికీ, డబ్బు కోసం వెతుకుతూనే ఉంటాము. మనం దాని వలలో చిక్కుకొని పోతాము, అది మనల్ని నడిపిస్తుంది. స్వేచ్ఛగా ఉండటానికి ఇది మార్గం కాదు.

మనం అనుకున్నది చేయడం, మనం మంచిగా ఉన్నదాని కోసం కష్టపడి పనిచేయడం, సమాజానికి ఏదో ఒక విధమైన తోడ్పాటు అందించడం అనేదాన్ని జీవితంగా చూడవచ్చు. అలా చేయడం ద్వారా మనం కొంత డబ్బు సంపాదించవచ్చు.

కానీ మనం డబ్బు కోసం బతకడం లేదు. మనం కోరుకున్న దాని కోసం కష్టపడి పనిచేయడానికి, సమాజానికి దోహదపడటానికి జీవిస్తాము, డబ్బు సంపాదించడానికి కాదు. ఈ విషయాలు ఎదురు తిరిగినప్పుడు జీవితం శూన్యంగా అనిపిస్తుంది.

"తక్కువ కోరుకోండి.సంతృప్తిని తెలుసుకోండి"

అనే సూక్తి ఉంది. బుద్ధుడు తన మరణశయ్యపైనుండి ఇచ్చిన ఉపదేశాల సూత్రంలో, తక్కువ కోరుకోవడం, తెలుసుకోవడం గురించి అతను ఏమి చెప్పాడో ఇక్కడ ఉంది:

"సంతృప్తిని తెలిసినవారు, నేలపై పడుకున్నప్పుడు కూడా, సౌకర్యవంతంగా, ప్రశాంతంగా ఉంటారు. రాజభవనంలో నివసిస్తున్నా సంతృప్తి చెందని వారు ఎప్పటికీ తృప్తి చెందరు.. ధనవంతులైనా సంతృప్తి గురించి తెలియని వారు పేదల కిందే లెక్క.

"నాకు పుష్కలంగా ఉంది, నేను కృతజ్ఞుడిని" అని మీరు మీ జీవితాన్ని గడపగలిగితే, మీ ఇల్లు నిరాడంబరంగా,మీ భోజనం సాధారణంగా ఉన్నప్పటికీ, మీరు ఆత్మతో సమృద్ధిని, సంతృప్తిని పొందుతారు. కానీ మీరు "నాకున్నదానితో నేను ఎప్పటికీ సంతృప్తి చెందను" అని ఆలోచిస్తూ మీ జీవితాన్ని గడుపుతుంటే, పెద్ద భవనంలో నివసిస్తూ, కోరుకున్న విధంగా భోజనం చేసినా, మీ ఆత్మ శుష్కించిపోతుంది.

మీకు కావలసిన అన్ని బ్రాండ్ వస్తువులను మీరు కొనుగోలు చేయవచ్చు, కానీ మీరు ఎప్పటికీ సంతృప్తి చెందరు. తర్వాతి కొత్తవి వచ్చినప్పుడు, వాటి అవసరంపై మీ దృష్టి మరల్చుతారు. కొంతమంది దాని కోసం నేరం చేసే స్థాయికి కూడా చేరుకుంటారు. ఇది జీవితాన్ని దుర్భరంగా మారుస్తుంది.

మీరు బ్రాండ్లపై దృష్టి పెట్టకపోతే, మీకు నచ్చే విషయాలతో మాత్రమే సంతృప్తి చెందుతారు, మీరు వాటిని బాగా ఉపయోగించినప్పుడు, వాటిని మరింత ఇష్టపడతారు. మీ దృష్టి కోసం పోటీపడే ఇతర ఉత్పత్తుల వైపు కన్నెత్తి చూడరు.

జపనీయుల సూక్తి ఒకటి ఉంది.

"మేల్కొన్నప్పుడు, సగం చాప; నిద్రపోతున్నప్పుడు, పూర్తి చాప,ప్రపంచాన్ని శాసించే స్థితిలో ఉన్నా కావాల్సింది నాలుగైదు గిన్నెలు మాత్రమే."

మీరు ఎంత గొప్పవారైనా, మీరు మేల్కొన్నప్పుడు, మీకు కావలసినంత స్థలం సగం చాప మాత్రమే; మీరు నిద్రపోతున్నప్పుడు, పూర్తి చాప; మీకు ఎంత హోదా, ప్రభావం ఉన్నప్పటికీ, మీకు ఒక భోజనానికి కావలసిందల్లా నాలుగైదు చిన్న గిన్నెలు.

ప్రాథమికంగా, మానవ మనుగడకు కావాల్సింది అంతే. కాబట్టి, మీరు సంతృప్తి గురించి తెలిసిన వ్యక్తి అవుతారా లేక ఎప్పటికీ సంతృప్తి చెందని వ్యక్తిగానే ఉంటారా? మీరు ఏ మార్గాన్ని ఎంచుకుంటారు?

42

పెద్దయ్యాక

మీరు ఎంత క్షమించగలిగితే,
మీరు అంత సంతోషంగా ఉంటారు

"ఈ మధ్య నా శారీరక బలం తగ్గిపోయినట్టుంది..."

"నా దగ్గర మునుపటికంటే ఇప్పుడు తక్కువ శక్తి ఉంది..."

వయసు పెరిగే కొద్దీ, మనం చెట్ల వలె, ఎక్కువ వృద్ధి వలయాలను కూడబెట్టుకోవచ్చు. అంటే జీవితం పట్ల మన సంతృప్తిలో తదనుగుణమైన పెరుగుదల ఉందని దీని అర్థం కాదు.

వాస్తవానికి, ప్రజలు పదవీ విరమణ వయస్సుకు చేరుకున్న తర్వాత, తరచుగా శూన్య భావనను అనుభవిస్తారు.

ఎందుకంటే వారు పనులు చేయడం మానేస్తారు, వారు రోజంతా టెలివిజన్ చూడటంలో గడుపుతారు, చాలా తక్కువ చురుకుగా ఉంటారు.

కొంతకాలం క్రితం, పదవీ విరమణ చేసిన కొంతమంది భర్తలను వారి భార్యలు ఆటపట్టిస్తూ "కింద పడిపోయిన తడిసిన ఆకులు" అని

సంబోధిస్తూ ఉండేవారనే ఒక పదబంధం చెలామణిలో ఉండేది. ఒకప్పుడు కార్పోరేట్ యోధులుగా ఉన్న వీరు ఇప్పుడు నేలపై తడి ఆకులవలె తమ భార్యలకు అతుక్కుపోతున్నారని అర్థం. తడి ఆకులు నేలపై అతుక్కుంటే తీయడం కష్టం.

వృద్ధాప్యం కష్టంగానే ఉంటుంది. కానీ ఉద్యోగం నుంచి రిటైర్ అయినంత మాత్రాన జీవితం నుంచి రిటైర్ అయినట్లు కాదు.

మీకు వయస్సు పైబడింది అని బాధపడే బదులు, వృద్ధాప్యంతో వచ్చే ప్రయోజనాలను కనుగొనడానికి ఎందుకు ప్రయత్నించకూడదు?

మీరు దీర్ఘాయుష్షుతో జీవిస్తున్నప్పుడు, మీ జీవితాన్ని సుసంపన్నం చేసే అనుభవాల సంపదను కూడబెట్టుకుని ఉంటారు. కష్టాలు, పోరాటాల మధ్య పట్టుదలతో ఉండటానికి మిమ్మల్ని మీరు తరచుగా సన్నద్ధం చేసుకుంటూ ఉంటారు.

ఈ అనుభవాలు ప్రతి ఒక్కటి మీ మనస్సుకు శిక్షణ ఇస్తాయి, మీలో మరింత ఉదారమైన స్ఫూర్తిని కలిగిస్తాయి. జీవితంలో మీరు సహించని ఎన్నో విషయాలను ఇప్పుడు "సరే, అవి జరుగుతాయి" అనే దృక్పథంతో తోసిపుచ్చవచ్చు. అంగీకరించడానికి కష్టంగా ఉన్న ఆలోచనా మార్గాలలో ఇప్పుడు ముందుకు సాగడం సులభం అయింది–"నేను చూశాను, దాని గురించి ఆలోచించడానికి ఇది ఒక మార్గం." ఈ ఉదార స్ఫూర్తితో, మీరు మరిన్ని అనుభవాలకు మిమ్మల్ని మీరు సన్నద్ధం చేసుకోకుండా ఉండలేరు, ఇది వృద్ధాప్యం గొప్ప ప్రయోజనాలలో ఒకటి కావచ్చు.

చైనాలోని దక్షిణ సాంగ్ రాజవంశం కాలంలో స్థాపించబడిన జెన్ శాఖ చరిత్ర అయిన గోటోఈజెన్ నుండి వచ్చిన ఒక జెన్ సామెత ఉంది. దీని అర్థం ఏమిటంటే, వయసు పెరిగే కొద్దీ మనం బలహీనంగా

మారుతున్నాం. మనం ఇప్పుడు ఈ అస్థిర ప్రపంచంతో అనుబంధం కలిగి లేము; ఎటువంటి ఆవేశాలు, ఆందోళనలు లేకుండా, మనం నిశ్శబ్దంగా పడుకున్నప్పుడు పచ్చని కొండలను ఆరాధించడం కంటే గొప్ప ఆనందం మరొకటి లేదు.

ఇది ఉదార స్ఫూర్తికి ప్రతిరూపం. వయస్సు పెరిగే కొద్దీ, మనం కోల్పోయిన యవ్వనంపై వ్యామోహం కలిగి ఉన్నందున మనకి నిరాశ లేదా నిరుత్సాహంగా అనిపించవచ్చు. అయితే మనం ఎంత గింజుకున్నా చేయగలిగింది ఏమీ లేదు. మనం వృద్ధాప్యాన్ని అంగీకరించాలి తప్పదు.. దృక్పథాన్ని మార్చుకోవాలి.

రచయిత సీకో తనబే ఇలా అన్నాడు:

"వ్యక్తుల గురించి ఎక్కువ తెలుసుకోవడం వృద్ధాప్యం ఆనందాలలో ఒకటి కాదా?"

అనుభవం, విజ్ఞాన సంపదతో యువతరాన్ని గమనిస్తే ఎంతో ఆనందాన్నిస్తుంది. ఆ రకమైన ఉదారతను మేల్కొల్పుదాం.

43

వృద్ధాప్యం

మీ రూపాన్ని, మీ భంగిమను, మీ శ్వాసను
నిర్వహించడానికి జెన్ బోధనలు...

"వృద్ధాప్యం గురించి తాత్వికంగా ఉండటం చాలా ముఖ్యం" అని నేను తరచుగా చెబుతాను.

కానీ దాని గురించి తాత్వికంగా ఉండటం అంటే దానికి లొంగిపోవడమని కాదు.

ముందుగా మీ రూపాన్ని, అలంకరణను తీసుకోండి. కొంతమంది ఇంట్లో ఎక్కువ సమయం గడుపుతారు. ట్రాక్ సూట్ వైపు మొగ్గు చూపుతారు. కానీ వారు పైజామా ధరించడం కంటే ఇది మంచిది, వారు దుకాణానికి వెళ్లినప్పుడు వేరేదాన్ని ధరించవచ్చు.

మన రూపం, మన ఆత్మపై ప్రభావం చూపుతుంది. మనం చక్కగా, శుభ్రంగా తయారైనప్పుడు కాస్త నిటారుగా నిలబడతాం. నిటారుగా నిలబడితే ఛాతీ విస్తరిస్తుంది. మనం మరింత లోతుగా శ్వాస తీసుకోవడం వల్ల ఇది మనకు మరింత మానసిక శక్తిని కూడా ఇస్తుంది.

మనం కాలం గడుస్తున్న కొద్దీ గమనించవలసిన విషయం ఏమిటంటే, హాస్య రసాన్ని పెంపొందించుకోవడం దాని విలువ గుర్తించడం. హాస్యం ఉద్రిక్తతను తగ్గించగలదు. ప్రజలను ఉత్సాహపరుస్తుంది. ఇది సామాజికంగా స్నేహసంబంధాలను పటిష్టం చేయడానికి దోహద పడ్తుంది.

సంభాషణల్లో హాస్యాన్ని చొప్పించడానికి మీకు మృదువైన మనస్సు అవసరం. ఇది ప్రపంచంలో ఏమి జరుగుతోందో తెలుసుకునేలా మిమ్మల్ని ప్రోత్సహిస్తుంది. కొత్త దృక్పథాన్ని అలవర్చుకోడానికి మీకు సహాయపడుతుంది.

ప్రసిద్ధ రకుగో కామిక్ కథకుడు దన్షిటాటెకావా చిన్నతనంలో, మరొక రకుగో మాస్టర్, దివంగత ఎన్రాకుసాన్యుటితో కలిసి బీచ్ కి వెళ్ళాడు. తటేకావాసాన్ సముద్రం వైపు చూశాడు. ఎన్రాకుసాన్ సముద్రంలో ఒడ్డుకు దూరంగా ఉన్నాడని, మునిగిపోయే ప్రమాదం ఉందని గమనించాడు. అయితే అతన్ని రక్షించడానికి ప్రయత్నించడానికి బదులుగా, ఎన్రాకుసాన్ మునిగిపోవడాన్ని తాటెకావాసాన్ ప్రశాంతంగా చూస్తూ కూర్చున్నాడు.

ఇంకొకరు ఎన్రాకుసాన్ ను రక్షించడానికి వచ్చారు. అప్పుడు తటేకావాసాన్ ను అతను మందలించినా ఆశ్చర్యపోనవసరం లేదు. “నాకెందుకు సాయం చెయ్యలేదు?” అని అడిగాడు. తాటెకావాసాన్ నిర్లిప్తంగా ప్రతిస్పందిస్తూ, “మనమిద్దరం చనిపోతే, రకుగో ప్రపంచం అంతమయ్యేది. కనీసం నేను బతికి ఉంటే కాపాడుకోవచ్చని అనుకున్నాను” అన్నాడు

ఈ సన్నివేశాన్ని ఊహించుకుంటే పెదవులు విచ్చుకుంటూ చిరునవ్వుతో మెరిసిపోతున్నట్లు అనిపించలేదా? కోపం తగ్గి అవతలి వ్యక్తి మెత్తబడుతాడు కదా?

హాస్యానికి అసాధారణ శక్తి ఉంది.

నేను చెప్పినట్లు, జెన్ సారాంశం అభ్యాసం. కాబట్టి "నాన్న జోకులు" వేస్తే అపహాస్యం పాలవుతామని భయపడకుండా,మీరు దానిని హాస్యంతో తిప్పికొట్టే ప్రయత్నాలను ప్రారంభించండి.

44

ప్రేమ

ప్రేమ విషయాల్లో కూడా సంయమనం
పాటించడం సరైనదే

ప్రేమ గురించి నేను చెప్పేది ఇబ్బందికరంగా ఉండవచ్చు, కానీ నేను ధైర్యాన్ని కూడగట్టుకుని ఈ విషయంపై నా ఆలోచనలను వ్యక్తీకరించడానికి ప్రయత్నిస్తాను.

ప్రేమలో, గుర్తుంచుకోవలసిన విషయం ఏమిటంటే, "హరా హాచి బన్ మీ" లేదా "పొట్ట ఎనిమిది వంతులు నిండింది" అనే కన్ఫ్యూషియన్ బోధన, అంటే మనం ఎనభై శాతం నిండే వరకు తినాలి.

ఇక్కడ "పొట్ట ఎనిమిది వంతులు నిండింది" అని ఉచ్చరించడం ద్వారా నేను అర్థం చేసుకున్నదేమిటంటే.

"మీ భాగస్వామి పరిపూర్ణంగా ఉంటారని ఆశించవద్దు."

మనం ప్రేమలో ఉన్నప్పుడు, మన భాగస్వామిని గుర్తించడానికి మనం చేయగలిగినదంతా చేస్తాము.

వారు మన గురించి నూటికి నూరు శాతం తెలుసుకోవాలని, అలాగే వారి గురించి మనం నూటికి నూరు శాతం విషయాలు తెలుసుకోవాలని కోరుకుంటాం. ఏదేమైనా, సాటి మనిషి గురించి తెలుసుకోవాలనుకుంటే, ప్రతిదీ తెలుసుకునే అవకాశం ఉంది– వారు ఎక్కడ పుట్టారు, వారు పెరిగిన వాతావరణం, వారు విద్య, వారు కలుసుకున్న వ్యక్తులు.. అయితే అన్నింటినీ అర్థం చేసుకోవడం అసాధ్యం.

సహజంగానే మనమందరం భిన్నంగా ఉంటాం. ఈ విషయాన్ని మనం మరచిపోకూడదు. మీరు, మీ భాగస్వామి ఒకరి గురించి మరొకరు ఎనభై శాతం అర్థం చేసుకోగలిగితే, అంటే, ఎనభై శాతం సరిపోతుందని మీరు అంగీకరించగలిగితే, అది మీ ఇద్దరి మధ్య సంబంధానికి మంచిది. ఇది సరైన సమతుల్యతను సాధించడానికి మిమ్మల్ని అనుమతిస్తుంది.

మీ భాగస్వామిలో ఇరవై శాతం "తెలియని విషయం"గా మిగిలిపోతుంది. దానిలోని రహస్యం, కృత్రిమత్వం వారి పట్ల మీ ఆసక్తిని (అభిమానాన్ని) కొనసాగిస్తుంది.

నూటికి నూరు శాతం పరస్పర అవగాహన అనేదే లేదు, ఒకవేళ ఉన్నప్పటికీ, మీరు మొదటిసారి కలుసుకున్నప్పుడు మీరు అనుభవించిన తాజాదనం, ఆకర్షణ మసకబారలేదా?

మీరు మీ భాగస్వామి గురించి యాభై శాతం మాత్రమే అర్థం చేసుకుంటే, సంబంధం కష్టమని నాకు అనిపిస్తోంది. "అతను నాకంటే చాలా భిన్నంగా ఉంటాడు" అని మీరు తరచుగా అనవచ్చు.

సంబంధం ఏర్పరుచుకునే ప్రారంభ దశలో అందం ఒక కీలక అంశం. మొదట మీలో ఎవరి నైనా ఆకర్షించేది ఏమిటంటే, వారు ముద్దుగా, అందంగా, లేదా ఆకర్షణీయంగా ఉన్నారని మీరు అనుకుంటారు.

ఏది ఏమైనప్పటికీ, మీరిద్దరూ దగ్గరవుతారు. ఆలోచనలు భిన్నంగా ఉన్నాయని గ్రహించినప్పుడు కొంత కాలం ఆగడం మంచిది. మీరు కేవలం మీ మొదటి అభిప్రాయాల ఆధారంగా వివాహం చేసుకోవాలని నిర్ణయించుకుంటే, మీ ఆలోచనలలోని వ్యత్యాసాలు మీ సంబంధంలో చీలికలకు లేదా సంబంధం చెడిపోవడానికి కారణమవుతాయి.

ఉదాహరణకు, డబ్బు గురించి వైఖరులను తీసుకోండి– మీలో ఒకరు డబ్బును పొదుపు చేసి జాగ్రత్తగా ఖర్చు చేసే రకం కావచ్చు, మరొకరు, ఏ రోజు సంపాదనను ఆ రోజు పూర్తి అయేలోగా ఖర్చు చేసే వ్యక్తి కావచ్చు.

మీరు ఉదారంగా ఉండగలిగితే, మొదట్లో మీరు తేడాను తట్టుకోగలరు, అయితే మీ సహనం ఎంతో కాలం ఉండదు. త్వరలోనే, మీ వైఖరులను సర్దుబాటు చేసుకోలేక పోవడంతో మీరు సంబంధాన్ని తెంచుకునే దిశగా వెళ్ళవచ్చు.

సమయపాలన విషయంలోనూ అంతే. విశ్రాంతి తీసుకుంటూ, సంగీతం వినడం లేదా పుస్తకాలు చదవడం వంటి తమ తీరిక సమయాన్ని గడపడానికి ఇష్టపడే ఎవరైనా తమ ఖాళీ సమయాన్ని బయట తిరగడం, షాపింగ్ కు వెళ్లడం, రెస్టారెంట్లలో తినడానికి ఇష్టపడే వారితో నివసించాల్సివస్తే, ఘర్షణ వాతావరణం ఉంటుందని చెప్పుకోవచ్చు.

లేదా తినడం తీసుకోండి: ఒక వ్యక్తి అధిక కొవ్వు కలిగిన కేలరీలతో నిండిన ఆహారాన్ని ఇష్టపడితే, మరొకరు సరళమైన, తాజా భోజనాన్ని ఇష్టపడితే, వారు కలిసి భోజనాన్ని ఆస్వాదించే అవకాశం లేదు.

"ప్రేమ అందమైన అపార్థం, వివాహం క్రూరమైన అవగాహన." ప్రేమ చక్రబంధంలో "పొట్ట ఎనిమిది వంతులు నిండుగా ఉంది" అనే ఎనభై శాతం నియమం గుర్తుంటే ఆ సామెత తప్పని నిరూపించవచ్చు.

45

వివాహం

ప్రశంసా పదాలు మంచి సంబంధాన్ని ఏర్పరుస్తాయి

పెళ్లయి చాలా కాలమైన జంటల మధ్య, మాట్లాడటానికి పెద్దగా ఏమీ ఉండదు. ప్రతి భాగస్వామి మరొకరి ఉనికిని తమ చుట్టూ ఉన్న గాలిలో భాగంగా పరిగణించడం కూడా ప్రారంభించవచ్చు, ప్రత్యేకించి చెప్పాల్సిన అవసరం లేనప్పుడు. పూర్వపు ఆ ఒంటరి రోజులలో మాదిరిగానే, ఇంట్లో భర్త "స్నానం", "రాత్రి భోజనం", "మంచం" అనే మూడు పదాలు మాత్రమే పలికినప్పుడు, బీటలు వారిన వైవాహిక బంధంలో ఆ బీటల గుండా వీచే గాలిశబ్దాన్ని మీరు వినవచ్చు.

ఒక భార్య ఏమంటుందంటే...

"మా ఇంట్లో చాలా మాటలు మాట్లాడుతుంటారు. అందులో చాలా వరకు ఫిర్యాదులు ఉంటాయి. నా బాస్ ఇలా అన్నాడు, నా క్లయింట్ అలా చేశాడు... అతనికి, పని గురించి మాట్లాడటం ఒత్తిడిని తగ్గించడానికి ఒక మార్గం అని నాకు తెలుసు, కానీ ఎల్లప్పుడూ అవన్ని వినాల్సిన నాకు రోజురోజుకు అవి పెరుగుతూ ఉంటాయి, ఇది మీకు తెలుసా!"

"ఇంటి నుండి బయటకు వెళితేనే భర్త ఆరోగ్యంగా ఉంటాడు కాబట్టి వెళ్లడం మంచిది" అన్న ఆమె పాయింట్ సరైనదని నేను అనుకుంటున్నాను.

మీ జీవిత భాగస్వామి ఎక్కువగా ఫిర్యాదులు చేస్తున్నాడు అంటే దాని అర్థం ఏమిటి? భర్త ఎవరితోనైనా ఫిర్యాదు చేయగలడని కాదు, ఉదాహరణకు, అతను ఈ విషయాలను ఆఫీసులో చెప్పలేడు, కదా? దీని గురించి కాస్త ఆలోచించండి.

ఫిర్యాదు చేయడానికి కార్యాలయంలో ఎవరైనా ఉన్నప్పటికీ, అలా చేయడం ప్రమాదకరం. లేదా అతను ఫిర్యాదు చేస్తున్న వ్యక్తి ఇలా అనవచ్చు, "నేను ఇక వినదల్చుకోలేదు, మీకు అసంతృప్తిగా ఉంటే, ఉద్యోగం మానేసి వెళ్లిపోవచ్చు కదా?" ఇంటి బయటకు వెళ్లిన భర్త లోపల ఎంత బాధగా ఉన్నా అవన్నీ నవ్వుతూ భరిస్తాడు.

మీ భాగస్వామి మీకు ఫిర్యాదు చేస్తున్నారు అంటే మీరు వింటారని, అందువల్ల తనకు ఎలాంటి ప్రమాదం ఉండదన్న నమ్మకం ఏర్పడడం. తన మనస్సులో ఉన్నవాటిని మీతో పంచుకోవడం సౌకర్యవంతంగా ఉందని, తగినంత సురక్షితంగా ఉన్నారనుకోవడం ఒక ప్రకటనకు సమానం. దీన్ని దృష్టిలో ఉంచుకుంటే బహుశా ఇది మిమ్మల్ని అంతగా ఇబ్బంది పెట్టకపోవచ్చు.

జెన్ లో మనకు ఒక పదం ఉంది."రో" ఇది పూర్తిగా బహిర్గతం చేయబడటాన్ని లేదా అసురక్షితంగా ఉండటాన్ని సూచిస్తుంది,అంటే ఏదీ దాచబడలేదు అని అర్థం. జెన్ తో గాఢంగా ముడిపడి ఉన్న తేయాకు వేడుకకు సంబంధించి, టీహౌస్ చుట్టూ ఉన్న తోట కి వున్న బహిరంగ మైదానాన్ని "రోజి" అని పిలుస్తారు.

రోజీ అనేది మన అసలైన స్వభావంతో ఉండటానికి అనుమతించే ప్రదేశం. మనము టీహౌస్ వైపు నడుస్తున్నప్పుడు, మన స్వభావాన్ని

బహిర్గతం చేస్తాము. సమురాయ్, కవి, వర్తకుడు వంటి సమాజంలో వివిధ హోదాలు లేదా హోదాల్లో ప్రజలు జన్మించారు లేదా ఉన్నారు... వీరిలో ప్రతిఒక్కరు, తమ హోదా కు తగిన కవచాన్ని ధరించాల్సి ఉంటుంది.

"ప్లీజ్, ఇక్కడ ప్రవేశించండి. మీకు అతుక్కుపోయిన దానిని పక్కన పడేయండి" అని చెప్పే ప్రదేశంగా ఉండడం రోజీ ఉద్దేశ్యం.

మీకు అతుక్కుపోయిన వస్తువులను వదిలేస్తే, మీ అసలు స్వభావం బహిర్గతమవుతుంది, మీరు బుద్ధ రాజ్యానికి ప్రాతినిధ్యం వహించే టీహౌస్ లోకి ప్రవేశించినప్పుడు, మీరు హోదా సరిహద్దులను దాటుతారు లేదా తెరిచిన హృదయంతో నిలబడతారు... ఇది గొప్ప టీ మాస్టర్ సేన్ నో రిక్యూ ఊహించిన "చానోయు" టీ మార్గం, ప్రపంచం.

ఫిర్యాదు చేయడం టీ పద్ధతికి చాలా భిన్నంగా ఉన్నట్లు అనిపించవచ్చు, కానీ టీ మార్గం వలె, ఇది మీ వాస్తవ స్వభావానికి స్వరం ఇచ్చేలా ఉంటుంది, ఇది మీ భాగస్వామిపై నమ్మకాన్ని నిర్మొహమాటంగా వ్యక్తీకరించడానికి మిమ్మల్ని అనుమతిస్తుంది. ఇక్కడ "ఇదిగో మళ్ళీ వెళ్ళాడు!" అని ప్రతిస్పందించడం దురదృష్టకరం.

ఖచ్చితంగా చెప్పాలంటే, ఫిర్యాదు చేయడమనేది విశ్వాసానికి పరోక్ష వ్యక్తీకరణ, ఇది శ్రోత చేత ఊహించబడాలి. నమ్మకాన్ని మరింత స్పష్టంగా, బహిరంగంగా తెలియజేయడం మంచిది.

మీరు చిరాకుతో ఇంటికి వచ్చి, పడుకునే ముందు టెలివిజన్ చూస్తున్నప్పుడు మీరు లేదా మీ భాగస్వామి ఒకరితో ఒకరు ఒక్క మాట కూడా మాట్లాడుకోరు. కానీ మీరు గుమ్మం వద్ద నడుస్తూ "నేను ఇంట్లో ఉన్నాను" అని అన్నారనుకోండి, అప్పుడు మీ భాగస్వామి మీకు స్వాగతం పలుకుతూ ఈ రోజు ఎలా గడిచిందని అడగవచ్చు.

జెన్ అనేది చర్య, ప్రవర్తనకు సంబంధించినది. ఒకరిని విశ్వసించడం ద్వారా సౌకర్యవంతంగా ఉండటానికి ఇది సరిపోదు. మీ నమ్మకాన్ని తెలియజేసే విధంగా వ్యవహరించడానికి ప్రయత్నించడం చాలా ముఖ్యం.

దీన్ని వ్యక్తం చేయడానికి ఒక మార్గం ఏమిటంటే, ఎవరైనా మీకు భోజనం లేదా పానీయం వడ్డించినప్పుడు "ధన్యవాదాలు" తో మీ కృతజ్ఞతను తెలియచేయడం. లేదా సాధారణం కంటే పెద్ద షాపింగ్ ట్రిప్ అవసరమైనప్పుడు, విహారయాత్రకు ముందు కొంచెం సంప్రదింపులు, సహాయం చేసే ప్రతిపాదన కూడా ఆలోచనాత్మకతను ప్రదర్శిస్తుంది. మీ ఫిర్యాదులను బహిరంగంగా వ్యక్తీకరించగల వాతావరణాన్ని సృష్టించడం ప్రారంభించడానికి ఇది మంచి సమయం, మీ భాగస్వామిపై విశ్వాసం, నమ్మకం ఉన్నందున అలా చేస్తున్నానని,అందుకు కృతజ్ఞతతో ఉన్నట్లు మీ భాగస్వామికి తెలియజేయండి.

46

పిల్లలు

అతి గా పిల్లలని పట్టించుకోవడం వల్ల వచ్చే ఇబ్బందులు

కొన్నేళ్లుగా తల్లిదండ్రులు, పిల్లల అనుబంధంలో చాలా మార్పులు వచ్చాయి.

బహుశా క్రియాశీలకంగా ఉండాలా వద్దా అనే విషయంలో అతిపెద్ద మార్పు అయిఉండవచ్చు.. గతంలో కుటుంబాలు చాలా మంది పిల్లలను కలిగి ఉండేవి. కుటుంబాలు పేదవి, కాబట్టి తల్లిదండ్రులు తమ పిల్లలతో పెద్దగా సంబంధం కలిగి ఉండలేకపోయారు.

అన్న లేదా అక్క చిన్న తోబుట్టువులను పట్టించుకోవడం, వారిని చూసుకోవడం, వివిధ రకాలుగా చూసుకోవడం అప్పట్లో అసాధారణం విషయం కాదు.

పిల్లలు తమ తల్లిదండ్రులకు కొంత దూరంగా ఉండడంతో వారు స్వతంత్ర జీవితాన్ని గడపడానికి వీలు కల్పించింది. కాగా తోబుట్టువుల సంబంధాల గందరగోళం పెద్ద వారిలో కన్ఫ్యూషియన్ క్రమానుగత సామాజిక వ్యవస్థ గురించి విమర్శనాత్మక జ్ఞానాన్ని అందించింది. తమ కంటే బలహీనమైన వారి పట్ల సానుభూతిని ప్రోత్సహించింది.

జననాల రేటు తగ్గుముఖం పట్టడంతో తల్లిదండ్రులు తమ పిల్లలతో కలిసి జీవనం సాగించగలుగుతున్నారు.

పుట్టుకతోనే, పిల్లలను విద్యా విజయం కోసం నిలబెట్టడానికి తీవ్రమైన పోటీతో, మంచి కుమారుడు లేదా కుమార్తె అయితే, ముఖ్యంగా కష్టపడి చదివే పిల్లలు అయితే, తల్లిదండ్రులు వారి కోసం అన్ని విధాలా పాటు పడడం అసాధారణం విషయమేమీ కాదు.

సొంత నిర్ణయాలు, చర్యలు తీసుకోలేక, ఏ పనైనా చేయడానికి ముందు ఎప్పుడూ సూచనల కోసం ఎదురుచూస్తూ ఉండే నేటి యువత, ఈ ధోరణి పిల్లల పెంపకం విషయంలో తల్లితండ్రులు, పిల్లల గతిశీలత నుండి ఉద్భవించిందనడంలో ఎలాంటి సందేహం లేదు.

ఒక వింత సంఘటన, టోక్యోకు దక్షిణాన ఉన్న ఒక పోలీసు శాఖలో జరిగిన ఒక ఆశ్చర్యకరమైన కథ

కొత్త పోలీసు చీఫ్ తన పదవిని స్వీకరించడానికి వచ్చారు, డిపార్ట్ మెంట్ సిబ్బంది ఆయనకు స్వాగతం పలికేందుకు గుమిగూడారు. అధినేత తన మొదటి సారి మాట్లాడబోతుండగా, ఆయన తల్లి ఎదురుగా వచ్చి నిల్చుంది. ఆమె మైక్ పట్టుకుని, ఎవరిని పట్టించుకోకుండా, తన కొడుకు గురించి ఉపన్యాసం ఇవ్వడానికి ఉద్యుక్తురాలైంది. పోలీసు శాఖ సిబ్బంది ఎంత అవాక్కయ్యారో ఊహించండి.

తల్లి తల్లే, కొడుకు కొడుకే. ఒక తల్లి తన బిడ్డను తనంతట తానుగా బయటకు వెళ్లనివ్వకపోవడం, ఆమె ఎల్లప్పుడూ అతనితో వెళ్ళాలని పట్టుబట్టడం, ఇది ఎంత అనుచితమో తెలుసుకోవడానికి ఆమెకు తగినంత ఇంగితజ్ఞానం ఉండదా?

"ఏం అనుకుంటున్నావు?" అని కొడుకు మందలించి, తన అధికారాన్ని పొందడం సమంజసం కాదా? అంత నిష్ణాతుడైన వ్యక్తి అలా చేయకపోవడం, డజన్ల కొద్దీ లేదా వందలాది మంది పోలీసు అధికారుల ముందు చిన్న పిల్లాడిలా ప్రవర్తించడం వల్ల అతని పట్ల పోలీసు అధికారులలో ఎలాంటి అభిప్రాయం కలుగుతుంది.

వాస్తవానికి, ఇది విలక్షణమైనదని నేను సూచించాలని అనుకోవడం లేదు, కానీ ఇలాంటిది మరెక్కడైనా జరిగినా నేను ఆశ్చర్యపోను.

పిల్లల వ్యక్తిత్వానికి విలువ ఇవ్వకుండా ఇలాంటి పెంపకం, సమస్యను మరింత తీవ్రతరం చేస్తుంది. ఇది బిడ్డను పాడు చేస్తుంది.

బౌద్ధమతంలో, దురాశ, కోపం, అజ్ఞానం అని మనం పిలువబడే "మూడు విషాలు" ఉన్నాయి, ఇవి మనం అధిగమించవలసిన ప్రాపంచిక ప్రలోభాలకు ప్రాతినిధ్యం వహిస్తాయి. మరొక రకంగా వాటిని వరుసగా "అత్యాశ హృదయం", "ఆవేశపూరిత హృదయం", "మూర్ఖ హృదయం" గా కూడా చెప్పుకోవచ్చు.

వ్యక్తిత్వ రహిత పెంపకం విషపూరితమైనది. ఇది కేవలం అజ్ఞానాన్ని వ్యక్తీకరిమ్చడమే.

"మనకు సంతానం ఉన్నందున సంపద ఉందని అనుకోవడం మూర్ఖత్వం. అది బాధను కలిగిస్తుందే తప్ప మరేమీ కాదు. మనకు మనమే సొంతం కానప్పుడు సంతానం, సంపద మనవి ఎలా అవుతాయి? పిల్లలను కలిగి ఉన్నామనే మూర్ఖపు ఆలోచన నుండి మీ మనస్సును వదిలించుకోగలిగితే, మీరు మీ పిల్లలతో ఉత్తేజకరమైన, సరైన, సంతోషకరమైన సంబంధాన్ని ఆస్వాదిస్తారు.

47

మరణం

మన మరణాన్ని మనం బుద్ధుడికి అప్పగించాలి

వయసు పెరుగుతున్నకొద్దీ, మరణం దగ్గరగా వస్తున్నదని అంగీకరించడానికి మనం ఇష్టపడకపోవచ్చు. తల్లిదండ్రులు చనిపోయిన వయసుకు మనం చేరుకున్నప్పుడు మనం దీన్ని చాలా తీవ్రంగా భావించే అవకాశం ఉంది.

అప్పటివరకు, మనము స్నేహితులు, పరిచయస్తులు, సహోద్యోగుల తల్లిదండ్రుల అంత్యక్రియలకు హాజరయి ఉంటాము, మనము వ్యక్తం చేసిన సంతాప మాటలు ఆ సమయంలో అర్థవంతంగా ఉంటాయి, కాని ఆ సమయంలో మరణ భయం,మనకు స్పష్టంగా అనిపించకపోయి ఉండవచ్చునని నేను భావిస్తున్నాను.

నేను అనేక అంత్యక్రియలకు వెళ్లాను, అక్కడ నేను నా సంతాపాన్ని తెలియజేశాను, కానీ దుఃఖిస్తున్న కుటుంబానికి ఇది ఎలా ఉంటుందో నాకు నిజంగా అర్థం కాలేదు. ఒక ముఖ్యమైన వ్యక్తిని కోల్పోతే ఎలా ఉంటుందో నా తల్లిదండ్రుల్లో ఒకరు చనిపోయినప్పుడు మాత్రమే నాకు తెలిసింది.

ఇలాంటివి తరచూ వింటుంటాను. మీ తల్లిదండ్రులలో ఒకరు మరణించినప్పుడు మరణం నిజమైనదిగా అనిపిస్తుంది. వారి మరణ వయస్సు మీ జీవితానికి గుర్తుగా మారుతుంది.

"అయ్యో, మిగిలిన జీవితం ఒక మార్పు లాంటిది."

మా నాన్న విషయంలోనూ ఇలాగే ఉండేది. అతని తల్లిదండ్రుల మరణం ఒక గుర్తుగా మారింది. అతను తన జీవితాన్ని ఆ దశ వరకు సంపూర్ణంగా గడిపాడు, కానీ ఆ తర్వాత, అతను మిగిలిన సమయాన్ని "అదనపు మార్పు"గా కృతజ్ఞతతో అంగీకరించాడని నేను అనుకుంటున్నాను.

మన తల్లిదండ్రులు మరణించే వయసుకు చేరుకున్నప్పుడు, "ఆహా, త్వరలోనే అది నా జీవితంలో నూతన సంవత్సర వేడుకలు కాబోతున్నాయి" అని మనం అనుకోవచ్చు.

సోటో జెన్ బౌద్ధం సిద్ధాంతాలను సామాన్యులకు సులభంగా అర్థం చేసుకోవడానికి ఉద్దేశించిన డోగెన్ జెంజీ, షోగోబెంజో నుండి ముఖ్యమైన భాగాల పాఠం షుషోగి,"అభ్యాసం, ధృవీకరణకి అర్థం". ఇది ఐదు విభాగాలను కలిగి ఉంది, ఒక్కొక్కటి ముప్పై ఒక్క పేరాలతో ఉంటుంది. మొదటి విభాగం ఈ క్రింది వాటితో ప్రారంభమవుతుంది:

"బౌద్ధులకు అన్నింటికంటే ముఖ్యమైన సమస్య జనన మరణాల అర్థం... సమగ్ర వివరణ."

డోజెన్ జెంజీ కూడా ఇలా అన్నాడు, మనం జీవించి ఉన్నప్పుడు, మనం పూర్తిగా జీవించాలి. మనం చనిపోతే పూర్తిగా చచ్చిపోవాలి.

జెన్ ఎల్లప్పుడూ విషయాలను ఎందుకు క్లిష్టతరం చేస్తుంది, అని మీరు అడగవచ్చు? కానీ ఇది నిజంగా అంత కష్టం కాదు. మనం జీవించి

ఉన్నప్పుడు, మరణం గురించి ఆలోచించడం ఆందోళన, భయాన్ని సృష్టిస్తుంది. ఎందుకంటే మరణాన్ని జీవితానికి ముగింపుగా, దాన్ని అంతమొందించడంగా భావిస్తాం.

"గతాన్ని లేదా భవిష్యత్తును అంచనా వేయవద్దు" అనే జెన్ సూక్తి ఉంది.

ప్రతి క్షణమూ తన ముందు వచ్చినదానితో, ఆ తర్వాత వచ్చిన దానితో సంబంధం లేకుండా స్వయంగా ఉనికిలో ఉంటుంది. జీవితం, మరణం వేటికవే సంపూర్ణమైనవి. జీవితం అంటే మరణం దిశగా వెళ్లడం అని కాదు, మరణం అనేది జీవితానికి ముగింపూ కాదు.

సంపూర్ణంగా జీవించడం అంటే మీ శక్తి మేరకు జీవించడం ద్వారా, ఈ జీవితం సంపూర్ణతను నెరవేర్చడం. మన మరణం మీద మనకు నియంత్రణ లేదు కాబట్టి దాన్ని బుద్ధుడికి అప్పగించాలి. మనం సంపూర్ణంగా జీవిస్తే, మరణం సంపూర్ణత సహజంగానే వస్తుంది. అదే పూర్తిగా చనిపోవడం అంటే... డోజెన్ జెంజీ ఉద్దేశ్యం ఇదే అనుకుంటాను.

మీరు జీవించి ఉన్నప్పుడు, మిమ్మల్ని మీరు జీవించడానికి మాత్రమే అంకితం చేసుకోండి.

అలా చేయడం వల్ల ఎలాంటి ఆందోళన, మరణ భయం ఉండవు.

ఇంతకు ముందు నేను ఎకిహో మియాజాకి గురించి ప్రస్తావించాను, అతను 106 సంవత్సరాల వయస్సు వరకు జీవించాడు. 100 ఏళ్లు దాటినప్పటికీ యువ సన్యాసుల మాదిరిగానే సన్యాస పద్ధతులను కొనసాగించాడు. ఆయన ఇలా అన్నాడు:

చనిపోవడానికి మంచి సమయం ఎప్పుడు అని ప్రజలు తమను తాము ప్రశ్నించుకుంటారు, "నేను జ్ఞానోదయం పొందిన తర్వాత" అని వారు

ఆలోచిస్తారు. కానీ అది తప్పు. ప్రశాంతంగా, సంయమనంతో జీవించడమే జ్ఞానోదయం అంటే. ప్రశాంతంగా జీవించడం కష్టమేమీ కాదు. చనిపోయే సమయం వచ్చినప్పుడు చావడమే ఉత్తమం. జీవించాల్సిన సమయం వచ్చినప్పుడు ప్రశాంతంగా, సంయమనంతో జీవించడం ఉత్తమం.

నా దృష్టిలో, మియాజాకి జెంజీ "శాంతియుతంగా, సంయమనంతో" జీవించాలనే ఆలోచన "మనం సంపూర్ణంగా జీవించాలి" అనే డోజెన్ జెంజీ ఆలోచనతో సమానంగా ఉంటుంది. ఇది నిజంగా కష్టమే అనడంలో సందేహం లేదు, కానీ ఇది మనం ఆశించాల్సిన స్థితి. దానికి అవతల మరణం సంపూర్ణ ప్రశాంతత ఉంటుంది.

48

ఒకరి ముగింపు

మీరు ఏ పదాలతో గుర్తుంచుకోబడతారు?

మీరు మీ లక్ష్యాన్ని చేరుకోవడానికి సిద్ధమవుతున్నప్పుడు, మీరు గుర్తుంచుకోవాలనుకుంటున్న పదాలు ఏమిటి? మా చర్చి సభ్యులలో ఒకరు చనిపోయే సమయానికి, "బంజాయ్!" అనే పదంతో మమ్మల్ని విడిచి వెళ్లాలని నిర్ణయించుకున్నారు. శాశ్వత జీవితం, శ్రేయస్సు అని ఈ పదం అర్థం. ఆయన జీవితంలో అన్నిటినీ సాధించానని దేనినీ వదిలి పెట్టలేదని చెప్పడమే ఈ పదం ఉద్దేశ్యం.

కానీ ఇది జరగదు. జపాన్ ఎడో కాలంలో (1603-1868) నివసించిన ప్రసిద్ధ సన్యాసి, ప్రధాన పూజారి సెంగాయ్ చివరి మాటలు, "నేను మరణంతో వెళ్ళను" అని అన్నాడని చెబుతారు. సెంగాయ్ నోటికి ఏది వస్తే అది మాట్లాడే వాడిగా ప్రసిద్ధి చెందాడు. ఆయన ఒకసారి డైమియో చీఫ్ రిటైనర్ పాలన గురించి వ్యంగ్యంగా ఒక కవిత రాశారు:

అంతా బాగుందని భావించే ఈ రిటైనర్‌కు ఇది మంచిది కాదు. మునుపటి రిటైనర్ అంతా బాగానే ఉందని భావించాడు.

కాబట్టి సెంగాయ్ శిష్యులకు ఆయన చివరి మాటలను ఏ విధంగా తీసుకోవాలో తెలియలేదు. ఆ మాటలకు లోతైన అర్థం లేదా అని నేను ఆశ్చర్యపోతున్నాను.

జెన్ సన్యాసులు, ప్రతి సంవత్సరం ప్రారంభంలో, వారి మానసిక స్థితిని ప్రతిబింబించే చైనీస్ పద్యంలో యుయిగే, మరణ కవితలను రాయడం ప్రాక్టీస్ చేయడం ఆనవాయితీగా ఉండేది. ఈ సంప్రదాయం కనుమరుగైపోయింది, కానీ కొన్ని యుయిగేలు చివరికి సన్యాసుల చివరి మాటలుగా పనిచేసి ఉండవచ్చని నేను అనుకుంటున్నాను.

నా తండ్రి ఒక యుయిగే ను విడిచిపెట్టాడు:

కలుపు మొక్కలు పోయిన స్పష్టమైన నేల, స్వచ్ఛమైన భూమికి
గడ్డి మార్గం సుగమం చేస్తుంది
ఈ ఎనిమిది-ఏడు సంవత్సరాలు, నా ఆరోగ్యాన్ని
క్షీణింపజేసింది,
కేవలం కెంకో షిహోలో సేవ చేయడానికి, జెన్ లో విశ్వాసంతో,
ప్రశాంతత శాంతి వైపు నడవాలని అనుకున్నాడు.

తన పేరు షిహోతో పాటు తాను ప్రధాన అర్చకుడు కెంకోజీగా పనిచేసిన ఆలయం పేరును ఈ కవితలో పొందుపరిచారు. తన జీవితం గురించి మా నాన్నకు ఉన్న భావాలు అతని జీవితంలో ప్రతిబింబిస్తాయని నేను అనుకోకుండా ఉండలేను.

కొత్త సంవత్సరం ప్రారంభంలో మీ మానసిక స్థితి గురించి మీ స్వంత భావాలను రాయమని నేను మిమ్మల్ని ప్రోత్సహిస్తున్నాను. వాస్తవానికి, వీటిలో మరణం గురించి అవగాహన ఉండాల్సిన అవసరం లేదు. అవి మీ

తీర్మానాల గురించి కావచ్చు. రాబోయే సంవత్సరం గురించి మీ ఆశలు ఎలా ఉంటాయి, కొత్త సంవత్సరాన్ని మీరు ఎలా గడపాలనుకుంటున్నారు. క్యాలెండర్ తిప్పుతున్నప్పుడు మీకు ఏమేం ఆలోచనలు వస్తాయో అవన్నీ రాయండి.

ఇక్కడ మరో ఎంపిక ఉంది. ప్రతి సంవత్సరం డిసెంబర్ 12 న, క్యోటోలోని కియోమిజు దేవాలయంలో ఒక వేడుక జరుగుతుంది, దీనిలో వారు మునుపటి సంవత్సరానికి ప్రతినిధిగా ఎన్నుకోబడిన "కాంజీ ఆఫ్ ది ఇయర్" పాత్రను ప్రకటిస్తారు. సంవత్సరం ప్రారంభంలో, మీరు ఆ క్షణంలో మీ మానసిక స్థితిని సూచించే పదాన్ని ఎంచుకోవచ్చు.

మరణం ఎప్పుడు సంభవిస్తుందో తెలియదు, కానీ మనం మానవులుగా ఉన్నంత కాలం, అది మనందరికీ వర్తిస్తుంది. ఆ సమయం వచ్చినప్పుడు, మిగిలిపోయిన ప్రియమైన వారు ఎక్కువగా తెలుసుకోవాలనుకునేది ఏమిటంటే, తమ ప్రియమైన వారి భావాలు ఏమిటి.

"అయ్యో, వాళ్ళు ఆలోచిస్తున్నది ఇదేనా, వాళ్ళ భావం ఇదేనా?"

మనం పోగొట్టుకున్న వారు ఏమనుకుంటున్నారో, సంవత్సరం ప్రారంభంలో వారు వ్రాసిన విషయాలను బట్టి తెలుసుకోగలిగితే, వాటిని మన హృదయాల్లో దాచుకోవడం చాలా సులభం అవుతుంది. దాని గురించి నేను అలా భావిస్తాను.

మీ స్వంత యుయిగేను వార్షిక సంప్రదాయంగా పరిగణించండి.

జెంగో సూచిక లేదా జెంగో సూక్తులు

"మీ పాదాల క్రింద ఏముందో జాగ్రత్తగా చూసుకోండి".
(ముందుమాట, పేజీ టికె)

మీ సంపూర్ణ హృదయంతో తినండి, త్రాగండి.
(ముందుమాట, పేజీ టికె)

మిమ్మల్ని మీరు మోసం చేసుకోకండి. (అధ్యాయం *1*, పేజీ టికె)

ఒకసారి జ్ఞానోదయం అయిన తర్వాత, ఇష్టమైనవి ఉండవు.
(అధ్యాయం *1*, పేజీ టికె)

శ్వాసలో నివసించు. (అధ్యాయం *2*, పేజీ టికె)

చేతులు కలిపి నడవడం (అధ్యాయం *4*, పేజీ టికె)

రంగు అద్దాలు ధరించవద్దు. (అధ్యాయం *6*, పేజీ టికె)

మీరు పరిగెత్తే ప్రతి ఏడు సార్లకు ఒకసారి కూర్చోవాలి.
(అధ్యాయం *10*, పేజీ టికె)

ఆధ్యాత్మిక జ్ఞానోదయం వ్యక్తిగత అనుభవం ద్వారా మాత్రమే వస్తుంది.
(అధ్యాయం *13*, పేజీ టికె)

మహా భూమిని బంగారంగా మార్చండి. (అధ్యాయం *15*, పేజీ టికె)

మేఘం అహంకారం లేనిది, అది లోయ ద్వారా తొలగించబడదు.
(అధ్యాయం *16*, పేజీ టికె)

"గాలులు ఎన్నిసార్లు ఎంత బలంగా వీచినా స్థిరంగా ఉండాలి"
(అధ్యాయం *18*, పేజీ టికె)

పాత వాల్ పనికి వస్తుంది. (అధ్యాయం *22*, పేజీ టికె)

ప్రతిరోజూ మంచి రోజు. (అధ్యాయం *23*, పేజీ టికె)

అన్నీ శూన్యం నుంచే వస్తాయి. (అధ్యాయం *25*, పేజీ టికె)

సరళమైన మనస్సు (అధ్యాయం *27*, పేజీ టికె)

జ్ఞానోదయం అనేది మాటలు లేదా రాతపై ఆధారపడి ఉండదు, ఆధ్యాత్మిక మేల్కొలుపును సహజ విచక్షణ ద్వారా మాత్రమే సాధించవచ్చు.
(అధ్యాయం *28*, పేజీ టికె)

సాధారణ మనస్సే మార్గం. (అధ్యాయం *29*, పేజీ టికె)

ఇంటికి తిరిగి వచ్చి హాయిగా కూర్చోండి. (అధ్యాయం *30*, పేజీ టికె)

ఇచి–గోయిచి–ఇ: జీవితంలో ఒకసారి. (అధ్యాయం *31*, పేజీ టికె)

అడుగడుగునా నేర్చుకోవాల్సిన ప్రదేశం. (అధ్యాయం *32*, పేజీ టికె)

సున్నితమైన ముఖం, ప్రేమపూర్వకమైన మాటలు
(అధ్యాయం *33*, పేజీ టికె)

మీరు పువ్వును చూసినప్పుడు, పువ్వును ఆస్వాదించండి, మీరు చంద్రుడిని చూసినప్పుడు, చంద్రుడిని ఆస్వాదించండి.
(అధ్యాయం *35*, పేజీ టికె)

మెంజు: ముఖాముఖి. (అధ్యాయం *37*, పేజీ టికె)

గేటు తెరిస్తే దీర్ఘాయుష్షు, ఆనందం కనిపిస్తాయి.
(అధ్యాయం *38*, పేజీ టికె)

చల్లని గాలి ప్రకాశవంతమైన వెన్నెలను తుడిచివేస్తుంది, ప్రకాశవంతమైన వెన్నెల చల్లని గాలిని శుభ్రపరుస్తుంది. (అధ్యాయం *39*, పేజీ టికె)

సర్వోన్నత మార్గానికి ఎటువంటి కష్టం తెలియదు, ఎంచుకోవడం మానుకోండి. (అధ్యాయం *40*, పేజీ టికె)

హొగేజాకు: అన్నీ వదిలేయండి. (అధ్యాయం *40*, పేజీ టికె)

గతాన్ని, భవిష్యత్తును అంచనా వేయవద్దు. (అధ్యాయం *47*, పేజీ టికె)

అనువాదకుని గురించి

అకెళ్ళ శివప్రసాద్, రెండు వందలకి పైగా చిన్న కథలు, ఐదు నవలలు ముప్పై నాటికలు వెయ్యికి పైగా టీవీ ఎపిసోడ్స్ రాశారు. ఇరవై కథలకి, రెండు నవలలకి, పలు పరిషత్తులలో నాటికలకి బహుమతులతోపాటు, రెండుసార్లు నంది అవార్డు, ఆకాశవాణిలో చేసిన రచనలకి ఐదుసార్లు జాతీయస్థాయిలో బహుమతులు వచ్చాయి. వీటితోపాటు ఆ నలుగురు, ఆశల పల్లెకి, కరెంట్, హోరాహోరీ, రంగమార్తాండ, కన్నప్ప వంటి చలనచిత్రాలకు రచయితగా పనిచేశారు. 1880-2020, 140 సంవత్సరాల్లో ఎన్నిక చేసిన 100 నాటకాలలో వీరి నాటకం నరవాహనం ప్రచురితమైంది. కిటికీలోంచి వాన, మౌనభాష్యం కథల సంపుటాలతోపాటు, బాలసాహిత్యం, అనువాద సాహిత్యం కలిపి యిప్పటివరకు పలు పుస్తకాలు ప్రచురించబడ్డాయి.

akellasivaprasad@gmail.com